# வரலாற்றில்
# சில திருத்தங்கள்

**இரா. மன்னர் மன்னன்**

பயிற்று

பயிற்று பதிப்பகம்

வரலாற்றில் சில திருத்தங்கள்
இரா. மன்னர் மன்னன் ©

**Varalatril Sila Thiruthangal**
**R. Mannar Mannan** ©

1st Edition: 2018; 3rd Edition: July 2024
Pages: 184   Price: Rs. 200
ISBN: 978-81-957532-6-0

Published by:
Payitru Pathippagam, Chennai.
Mobile: 8925095553
E-mail: payitru2012@gmail.com

Book Layout & Cover Design by
Visual Vinodh - 9500149822

---

All rights reserved. No part of this publication may be reproduced, stored in a retrieval system, or transmitted in any form or by any means, electronic, mechanical, photocopying, recording, or otherwise, without the prior written permission of the Author/ publisher.
The views expressed in this work are solely those of the author.

**காணிக்கை**

எழுத நேரம் அமைத்துக் கொடுத்த
குடும்பத்தினருக்கும்,
ஆய்வுகளில் உறுதுணையாக இருந்த
கார்த்திகேயன் இமயவரம்பன், விக்ரம் வைத்யா
உள்ளிட்ட நண்பர்களுக்கும்...

நன்றி

ச.கார்த்திகைச் செல்வன், *ஊடகவியலாளர்.*

ஹேமலதா, *வரலாற்று வாசகர்.*

## நுழைவாயில்...

வரலாற்று ஆய்வாளனாகவும் பத்திரிகையாளனாகவும் பல நேரங்களில் வரலாற்றை அதன் அடிவேரிலிருந்து ஆராய வேண்டிய சூழல்கள் எனக்கு ஏற்பட்டு உள்ளன. அப்படி மேற்கொண்ட பல ஆய்வுகளின் முடிவுகள் என் உறக்கத்தைக் கலைப்பவையாகவும், எனது முந்தைய பிம்பங்கள் மீது கல் வீசி உடைப்பவையாகவும் இருந்துள்ளன. அத்தகைய தருணங்களில்

'பழமை பழமையென்று பாவனைகள் பேசல்அன்றி
பழமை இருந்தநிலை - கிளியே
பாமரர் ஏது அறிவார்?'

- என்று பாரதியார் சொன்னதன் பொருளை நான் ஆழமாகவே உணர்ந்து இருக்கிறேன். இப்படியாக அறிய நேர்ந்தனவற்றில் எந்த எந்த உண்மைகளையெல்லாம் மக்களும் சமுதாயமும் கட்டாயமாக தெரிந்து கொள்ள வேண்டும் என்று நான் எண்ணினேனோ அத்தகைய 20 வரலாற்றுத் திருத்தங்களின் தொகுப்புதான் இந்த நூல்.

பெண்கள் குறித்தவை, அறிவியல் குறித்தவை, பொதுவான நம்பிக்கைகள் - ஆகிய மூன்று பகுப்புகளுக்குள் இந்நூலில் உள்ள எல்லா கட்டுரைகளையும் அடக்கிவிட முடியும். ஆனால், இந்த நூலை நீங்கள் ஒரு நடையில், ஒரு ஓட்டத்தில், ஒரே பயணத்தில் கடந்துவிட முடியாது. இந்த நூல் உங்கள் பாதையில், பயணத்தில், பார்வையில் கட்டாயம் ஒரு மாற்றத்தை ஏற்படுத்தும் என்று நம்புகிறேன்.

அன்புடன்,
இரா.மன்னர் மன்னன்.

## இரா.மன்னர் மன்னன் – குறிப்பு

தஞ்சையைப் பூர்வீகமாகக் கொண்ட இரா.மன்னர் மன்னன் கடந்த 2009ஆம் ஆண்டில் விகடனால் 'மிகச்சிறந்த மாணவப் பத்திரிகையாளர்' எனத் தேர்வு செய்யப்பட்டவர். 2010ஆம் ஆண்டில் விஜய் தொலைக்காட்சியின் 'தமிழ்ப் பேச்சு எங்கள் மூச்சு' நிகழ்ச்சியில் பங்கேற்று முதல் 12 இடங்களுக்குள் வந்தவர். சென்னை இலயோலா கல்லூரியில் ஊடகக் கலைகளில் முதுகலைப் பட்டம் பெற்றவர். இவர் கடந்த 2012 ஆம் ஆண்டு முதல் ஊடகம், விளம்பரம் மற்றும் திரைப்படம் ஆகிய துறைகளில் பணியாற்றி வருகிறார்.

மறுபுறம் இவர் காப்பியங்கள், புராணங்கள், சங்க இலக்கியங்களில் நல்ல அறிமுகம் உள்ளவர். இவரது இலக்கிய அறிவை மாணவப் பருவத்திலேயே அங்கீகரித்த சென்னைக் கம்பன் கழகம் இவருக்கு மாநில அளவிலான 23 பரிசுகளையும், 'கம்பன் அடிப்பொடி சா.கணேசனார்' விருதையும் வழங்கியது. தமிழக அரசின் தமிழ் வளர்ச்சித்துறை இவருக்கு மாவட்ட அளவிலான 6 பரிசுகளையும், மாநில அளவிலான 3 பரிசுகளையும் வழங்கியது. முன்னாள் மத்திய அமைச்சர் வீரப்ப மொய்லி கன்னடத்திலே எழுதிய இராமாயணத்தின் சுந்தரகாண்டப் பகுதி 2012ல் இவராலேயே தமிழில் மரபுக் கவிதையாக ஆக்கம் பெற்றது.

வரலாற்றிலும் முதுகலைப் பட்டம் பெற்றுள்ள இரா.மன்னர் மன்னன் தென்னிந்தியாவின் குறிப்பிடத் தகுந்த நாணய ஆய்வாளர்களில் ஒருவர். இவரது 25 ஆண்டுகால நாணய சேகரிப்பு தமிழக அளவில் மிகப் பெரியது. இதில் கி.மு.4ஆம் நூற்றாண்டு முதல் கி.பி.18ஆம் நூற்றாண்டு வரையில் தமிழகத்தில் புழங்கிய நாணயங்கள் காலவாரியாக ஆவணப்படுத்தப்பட்டு

உள்ளன. அவற்றில் பல நாணயங்கள் இவரே கண்டறிந்தவை. இதற்காக பல்வேறு விருதுகளையும் பாராட்டுகளையும் இவர் பெற்றுள்ளார். இவரது வரலாற்று ஆய்வுகள் 'பயிற்று படைப்பகம்' என்ற யூடியூப் வலைத்தளத்தில் வெளியாகி பெரும் வரவேற்பைப் பெற்று உள்ளன.

இவரது எழுத்தில், கடந்த 2016ஆம் ஆண்டில் பல்லவர்களின் பூர்வீகம் என்ன என்பதை முழுதாக விளக்கிய முதல் நூலாக 'பல்லவர் வரலாறு' வெளியானது. 2017ல் பணத்தின் உண்மை வரலாற்றை விளக்கும் 'பணத்தின் பயணம்' நூலும், 2018ஆம் ஆண்டில் கொங்குநாட்டில் ராக்கெட் தொழில்நுட்பங்கள் உருவானதை நிறுவிய 'ஆயுத தேசம்' நூலும் வெளிவந்து பெரும் வரவேற்பைப் பெற்றன.

2018ஆம் ஆண்டில் தனது வரலாற்றுக் கட்டுரைகளின் தொகுப்பாக 'வரலாற்றில் சில திருத்தங்கள்' என்ற இந்த நூலையும், 2020ல் விளம்பரங்களின் வரலாற்றையும் உளவியலையும் கூறும் 'விளம்பர வேட்டை' நூலையும், 2021ஆம் ஆண்டில் சோழப் பெருவேந்தன் இராஜராஜன் குறித்த அவதூறுகளுக்கு பதில் சொல்லும் 'இராஜராஜ சோழன்' நூலையும், 2023ல் ஆதித்த கரிகாலன் கொலையின் பின்னுள்ள வரலாற்றை விளக்கும் 'ஆதித்த கரிகாலன் கொலை' நூலையும் இவர் வெளியிட்டு உள்ளார். இவர் தனது நூல்களுக்காக தமிழக அரசின் தமிழ் வளர்ச்சித்துறை விருது, வா.செ.குழந்தைசாமி அறக்கட்டளையின் தமிழ் மேம்பாட்டு விருது, சோழர் வரலாற்று ஆய்வு மையத்தின் அருமொழி விருது உள்ளிட்ட விருதுகளைப் பெற்றுள்ளார்.

# உள்ளே...

1. உலகையே தலைகீழாக மாற்றிய கண்டுபிடிப்பு........................................9
2. அச்சம், மடம், நாணம், பயிர்ப்பு - பெண்ணின் பண்புகளா? ..................................19
3. கற்பு.......................................................................................25
4. உடன்கட்டை ஏறுதல் .......................................................33
5. சிகப்பழகும் கட்டுடலும்.......................................................46
6. கிளியோபாட்ரா எனப்படும் கருப்பழகி.......................................55
7. கி.மு.வும் கி.பி.யும் - கிறிஸ்துவும்... ..................................61
8. பொருளற்றதா பொன்னாடை? ..............................................68
9. மேற்கில் தோன்றிய சிசேரியன் சிகிச்சைமுறை ..............76
10. ரேடியோவைக் கண்டறிந்தவர் யார்? ..........................................85
11. டி.என்.ஏ.வைக் கண்டறிந்தவர் யார்? ..........................................93
12. ராக்கெட்டைக் கண்டறிந்தவர் யார்?..........................................98
13. அரபு எண்கள்.......................................................................107
14. லெமூரியாவும் குமரிக் கண்டமும் ..........................................114
15. குற்றப் பரம்பரை...................................................................123
16. கஜினி முகமதுவின் விடாமுயற்சி ..........................................139
17. மைதா எனும் செயற்கை உணவுப் பொருள் ........................................146
18. நைட்ரேட் எனும் செயற்கை உரம்..........................................153
19. சுதேசிப் பாத்திரம்..................................................................164
20. இந்தியாவின் தேசியக்கவி யார்? ..........................................169

# 1

## உலகையே தலைகீழாக மாற்றிய கண்டுபிடிப்பு

'இந்த உலகத்தையே புரட்டிப் போட்ட கண்டுபிடிப்பு' என்று சொல்லும் போது நெருப்பு, சக்கரம் என்று தொடங்கி மின்சாரம், கணினி, செல்ஃபோன் வரை ஒரு பட்டியல் உங்கள் மனதில் ஓடும். ஆனால் இந்தத் தலைப்பில் நாம் பார்க்கப் போகும் கண்டுபிடிப்பு ஒரு பொருள் அல்ல, ஒரு எண்ணம். இந்த எண்ணம்தான் உலகம் முழுமையிலும் இன்று பரந்து விரிந்து வேர்பிடித்து உள்ளது. இந்தக் கண்டுபிடிப்பு பற்றி அறிவியல் நூல்களோ வரலாற்று நூல்களோ அதிகம் பேசுவது இல்லை. ஆனால் இந்தக் கண்டுபிடிப்பு நிகழவில்லை என்றால் இன்றைய வரலாற்றின் வடிவம் இன்று உள்ள வடிவமாக கட்டாயம் இருந்திருக்காது. இத்தனைக்கும் அந்தக் கண்டுபிடிப்பு முழுதும் உண்மையானது அல்ல. 50% மட்டுமே உண்மையானது. அந்தக் கண்டுபிடிப்பைப் பற்றிப் பார்க்கும் முன்பாக அது கண்டுபிடிக்கப்படும் வரையில் உலகம்

எப்படி இருந்தது அதன் பின் எப்படி மாறியது என்று முதலில் பார்ப்போம்.

இன்று உலகில் உள்ள பெரும்பாலான சமூகங்கள் தந்தைவழிச் சமூகங்களாக உள்ளன. உறவு முறைகள், சொத்துரிமைகள், அதிகாரப் பகிர்வுகள் ஆகிய அனைத்துமே இன்று ஆண் வழியில்தான் கடத்தப்படுகின்றன. வெகுசில பழமைவாய்ந்த சமூகங்கள் இதில் விதிவிலக்கு.

ஆதிமனிதன் குகைகளில் வாழ்ந்த காலகட்டத்தில் உலகின் எந்த ஒரு பகுதியிலும் தந்தை வழிச் சமூகம் என்ற அமைப்பே இல்லை. பெரும்பாலான சமூகங்களில் தந்தை என்ற இடம் யாருக்குமே வழங்கப்படவில்லை. அப்போதைய உலகை இயக்கியது தாய்வழிச் சமூக அமைப்புதான். அப்போதிருந்த மனிதக் குழுக்கள் ஒவ்வொன்றிற்கும் ஒரு தாய் தலைமையேற்று வழிநடத்தினாள். அவளது மறைவிற்குப் பிறகோ வீழ்ச்சிக்குப் பிறகோ அவளது வலிமை வாய்ந்த மகள் அவளது இடத்தை எடுத்துக் கொண்டாள்.

மனித இனத்தின் வரலாற்றைப் படித்தவர்கள், அல்லது ராகுல்ஜியின் 'வால்கா முதல் கங்கைவரை' நூலைப் போன்ற மனிதகுல வரலாறு சார்ந்து எழுதப்பட்ட நூல்களைப் படித்தவர்களுக்கு இந்தத் தகவல் புதிதாக இருக்காது. பிறருக்கு நம்பவே சற்று கடினமாக இருக்கலாம். ஆனால் அதுதான் உண்மை. ஆதிகால மக்களின் குழுத்தலைவர், போர்த்தளபதி, சமயத் தலைவர், பூசாரி எல்லாமே பெண்கள்தான். அன்றைய உலகம் பெண்களுடையதாக இருந்தது.

இந்தத் தாய்வழிச் சமூகம் உலகம் எங்கும் வீழ்த்தப்பட்டே தந்தை வழிச் சமூகம் என்ற ஒன்று உருவாக்கப்பட்டது. சுமார் 5500 ஆண்டுகளுக்கு முன்னர் (கி.மு.3500களில்) தொடங்கிய தாய்வழிச் சமூகத்தின் வீழ்ச்சி அடுத்த 2000 ஆண்டுகளில் பெரும்பான்மையான இடங்களில் தந்தைவழிச் சமூகத்தை உருவாக்கியது. ஆனால் இன்று வரையில் முழு உலகமும் தந்தைவழிச் சமூக அமைப்பைப் பின்பற்றவில்லை. 1861ல் ஜோஹன் ஜாகோப் எழுதிய 'மதர்ஸ் ரைட்' (Mother's Right) என்ற நூல் தாய்வழிச் சமூகம் குறித்த ஆய்வுகளுக்கு திசை காட்டியது. 1877ஆம் ஆண்டில் உலகெங்கும் உள்ள ஆதிவாசி இனங்கள் பலவற்றை ஆராய்ந்த பின்னர் லூயிஸ் மார்கன் 'பண்டைய சமுதாயங்கள்' (Ancient Society) என்ற நூலை

எழுதினார். இந்த நூல்தான் முன்னர் நிகழ்ந்த மாபெரும் மாற்றத்தை மக்களுக்கு மீண்டும் நினைவுபடுத்தியது.

பின்னர் தாய்வழிச் சமூகம் குறித்த ஆய்வுகள் உலகெங்கும் மேற்கொள்ளப்பட்டு, உலகெங்கிலும் இருந்த தாய்வழிச் சமூகத்தின் பண்டைய சான்றுகள் திரட்டப்பட்டன. சில ஆயிரம் ஆண்டுகளுக்கு முன்பு வரையில் பெண்களுக்குக் கட்டுப்படுபவர்களாகவும், பெண்களால் புதிய உயிர்களை உருவாக்க முடிவது குறித்துப் பொறாமைப்படுபவர்களாகவுமே ஆண்கள் இருந்தார்கள் - என்பதையே உலகெங்கிலும் இவ்வாறாகக் கிடைத்த வரலாற்றுச் சான்றுகள் காட்டின.

15,000 ஆண்டுகள் முன்பு உலகின் பெரும் தெய்வங்கள் அனைத்தும் பெண்கள்தான். அன்றைய உலகின் மிகப் பழைய கோவில்கள் அனைத்தும் பெண் தெய்வங்களின் கோவில்களாகவே இருந்தன. சுமார் கி.மு.ஏழாயிரத்தில் ஜெரிக்கோவில் பெண் தெய்வத்திற்கு கோவில் கட்டப்பட்டது. சுமார் கி.மு.ஆறாயிரத்தில் துருக்கியில் நாற்பதுக்கும் குறையாத பெண் தெய்வ ஆலயங்கள் இருந்தன. சுமார் கி.மு. நான்காயிரத்தில் சுமேரியாவில் சொர்க்கத்தின் அரசிக்குக் கோவில் கட்டப்பட்டது. சுமார் கி.மு.மூன்றாயிரத்தில் உலகின் மிகப்பல இடங்களில் பெண் தெய்வ கோவில்கள் இருந்தன. இவற்றோடு ஒப்பிடத்தக்க பழமையுடைய ஆண் தெய்வக் கோவில்கள் எதுவும் உலகில் இதுவரை கண்டுபிடிக்கப்படவில்லை. (வெகுசில இடங்களில் லிங்க வழிபாட்டின் எச்சங்கள் மட்டும் கிடைத்து உள்ளன. இவை ஆண்களின் குறியீடான லிங்க வழிபாடு முற்காலங்களின் சிறிய வழிபாடாக, அங்கொன்றும் இங்கொன்றுமாக இருந்தது என்பதையே காட்டுகின்றன.)

உலகின் பண்டைய நாகரிகங்கள் வளர்ந்த எகிப்து, கிரேக்கம், ரோமானியம், மெசபட்டோமியா மற்றும் நமது இந்தியா எங்கும் ஆதியில் ஆண் தெய்வங்கள் கிடையாது.

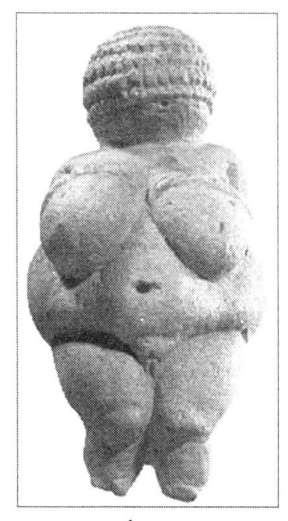

பண்டைய
பெண் தெய்வம்

எகிப்திய மக்கள் மட், ஐஸிஸ் ஆகிய பெண் கடவுளர்களையும், கிரேக்கர்கள் சிபெல், ஜியா, ஆர்டிமெஸ், ஆஃப்ரதைதி, தெமிடர் ஆகிய பெண் தெய்வங்களையும் வழிபட்டனர். கிரேக்கர்களின் பெண் தெய்வங்களை அப்படியே ஏற்றுக் கொண்ட ரோமானியர்கள் அந்தப் பெண் தெய்வங்களுக்கு உரிய பெயர்களை மட்டும் ரோமன் மொழியில் மாற்றினர். மெசபட்டோமிய மக்கள் டையானா, வீனஸ், ஜீனோ, இஷ்தார் - ஆகிய பெண் தெய்வங்களை வழிபட்டனர்.

இந்து சமயம் போற்றும் நால்வேதங்களில் மூத்த வேதமான ரிக் வேதத்தில் சிவனைப் பற்றிய பேச்சே இல்லை (வேதங்களில் உள்ள ருத்ரன் என்ற கடவுள் பிறகு சிவனோடு ஒப்புமைப்படுத்தப்படுவது தனி, இருவரும் ஒருவர் இல்லை). ஆனால் சக்தி தேவியின் ஆற்றல் அதில் குறிக்கப்பட்டு உள்ளது. தமிழின் மிக மூத்த நூலான தொல்காப்பியத்தில் முருகன் பற்றிய குறிப்பு இல்லை. சிங்கத்தின் மேல் உலவும் கொற்றவை அங்கு தமிழ் மக்களின் தெய்வமாகக் குறிக்கப்படுகிறாள்.

இந்த நிலையில் ஆண்தெய்வங்கள் பெண் தெய்வங்களின் உறவினர்களாகவே பின்னர் மக்களுக்கு அறிமுகம் செய்து வைக்கப்படுகின்றனர். உதாரணமாக சிவன் சக்தியின் கணவனாக அறிமுகம் ஆனார், முருகன் கொற்றவையின் மகனாக அறிமுகமானார். இவர்களால் பெண் தெய்வங்கள் பிறகு பின் வரிசைகளுக்கு நகர்த்தப்பட்டனர். இதற்காகப் பல கதைகள் ஒவ்வொரு சமுதாயத்திலும் உருவாக்கப்பட்டன.

கிரேக்கப் புராணத்தில் அஃப்ரதைதி தன் மகன் ப்ரையாபஸ் உடன் தன் காவல் பணிகளை முதலில் பகிர்ந்து கொண்டாள். பின்னர் காவல் பணி ப்ரையாபஸ்ஸின் பணியானது (ப்ரையாபஸ் நீண்ட ஆண்குறி உடைய ஆண் கடவுளாகக் கூறப்பட்டார்). எகிப்தியப் புராணத்திலே பெண் கடவுளான ஐஸிஸ் தன் மகன் ஹோரஸ்ஸிற்கு தனது எல்லா சக்திகளையும் தாரை வார்த்தாள். தமிழகத்திலே கொற்றவை தனது அனைத்து சக்திகளையும் ஒன்றாக்கி வேலாக வடித்து மகன் முருகனுக்குக் கொடுத்தாள்.

மேலும் ஆண் தெய்வங்கள் பெண்களின் உதவியின்றி ஆண் தெய்வங்களைப் பெற்றதான புராணக் கதைகள் குறிப்பிட்ட காலகட்டத்தில் உலகெங்கும் தோன்றின. கிரேக்கத்தின் முழுமுதல் ஆண் கடவுளான ஜீயஸ் தன்

அயர்லாந்தில் லிங்க வழிபாட்டு எச்சம்

தொடையில் இருந்து டயோனிஸஸ் என்ற புதிய ஆண் கடவுளைப் பிரசவித்தார். சிவன் நெற்றிக் கண்ணில் இருந்து கந்தனுக்கு உயிர் கொடுத்தார் - என்பவை பிரபலமான புராணக் கதைகள்.

நெடுங்காலம் கழித்துத் தோன்றிய கிறிஸ்துவ சமயம் 'பெண்ணில் இருந்தே மனித குலம் தோன்றியது' - என்பதை மறைக்க, 'ஆதாமின் விலா எலும்பில் இருந்து ஏவாள் தோன்றினாள்' என்று கூறி, படைப்பு முறையையே மாற்றி மக்களிடம் சொல்லியது. பெண் சிந்திப்பது மிகவும் ஆபத்தானது என்பதைக் காட்ட மட்டும் ஏவாளின் பாத்திரம் பயன்படுத்தப்பட்டது.

கி.பி.500 ஆம் ஆண்டில் கிறிஸ்தவத்தை ஏற்ற அரசர்கள் தங்கள் எல்லைகளுக்கு உட்பட்ட கடைசிப் பெண்கடவுளின் கோவிலையும் பலவந்தமாக மூடினார்கள். பிற்காலத்தில் விவிலியத்தை தொகுத்தவர்கள் 'மகதலேனா மரியாள்' போன்ற தொழத்தக்க பெண்களை சமயத்தில் இருந்து வெளியே தூக்கிப் போட்டனர்.

ஆனால் இப்படியெல்லாம் பலர் முயன்றும், பெண் தெய்வ வழிபாட்டை உலகிலிருந்து முழுவதுமாக அழித்துவிட முடியவில்லை, உலகெங்கும் கல்வி, செல்வம், வீரம் - ஆகியவற்றுக்கு அதிபதிகளாக பெண் தெய்வங்களே வழிபடப்படுகிறார்கள். இந்தியாவில் அவர்கள் சரஸ்வதி, இலக்குமி, பார்வதி. கிரேக்கத்தில் அவர்கள் அதீனா,

அஃப்ரதைதி, ஹீரா. ரோமில் அவர்கள் மினர்வா, வீனஸ், ஜீனோ. பெயர்தான் வேறு தொழில் ஒன்றுதான்.

பெண் கடவுள்கள் மதத்தில் தப்பிப் பிழைத்ததுபோல தாய்வழிச் சமூகம் உலகின் சில சமூகங்களில் தப்பிப் பிழைத்தது. ஒரு குறிப்பிட்ட காலத்தில் மதங்கள் அனைத்தும் பெண் கடவுளர்களில் இருந்து ஆண் கடவுளர்களை நோக்கி நகர்ந்ததும், அதே கால கட்டத்தில் உலகம் முழுவதும் தாய் வழிச் சமுதாய முறை அழிவைச் சந்தித்து தந்தைவழிச் சமுதாய முறை ஓங்கியதும் தற்செயலானது அல்ல. இந்த மாபெரும் மாற்றத்தை நிகழ்த்திய ஒரு கண்டுபிடிப்பு உலகின் மிக முக்கியமான கண்டுபிடிப்புகளில் ஒன்றா இல்லையா? அந்தக் கண்டுபிடிப்பு உலகை மாற்றியுள்ளதா இல்லையா?

அந்தக் கண்டுபிடிப்புதான் 'குழந்தைப் பேறில் ஆணுக்குப் பங்கு உண்டு' என்பது!

5500 ஆண்டுகளுக்கு முன்புவரை மனித குலத்தில் யாருக்கும் பெண் கருவுறுவதற்கும் ஆணின் உடலுறவுக்கும் என்ன சம்பந்தம் என்று தெரியாது - என்பது ஏற்றுக் கொள்வதற்கே கடினமான கருத்துதான். ஆனால் அது உண்மை. 5500 ஆண்டுகளுக்கு முன்புதான் ஆண் தனது பங்களிப்பினால் கருவுறுதல் நடக்கிறது என்று கண்டுபிடித்தான், அந்தக் கருத்து உலகம் முழுக்க பரவ அடுத்த 2000 ஆண்டுகள் எடுத்து கொண்டது. பண்டைய மத வழிபாடுகளும் சடங்குகளும் இந்த உண்மைக்குச் சான்றாக நிற்கின்றன.

வைதீக சமயத்தின் முதல் வேதமான ரிக் வேதத்தில் காணப்படும் மொழியின் தெய்வமான வாக் என்பவள் தான் கறுவுற்றதைப் பற்றிக் கூறும்போது 'நான் சர்வ சக்தியுடன் கருவுற்றேன்' என்று சுய பெருமிதத்தோடு கூறுகிறாள். கருவுறுதலில் ஆணின் பங்களிப்பு வாக் வழிபடப்பட்ட காலத்தில் (வேதங்கள் வகுக்கப்பட்ட ஆரம்ப காலத்தில்) உணரப்படவில்லை என்பதையே இது காட்டுகின்றது.

எகிப்தின் 'நட்' என்ற இடத்திலே உள்ள மிகப் பழமையான 'புனிதஸ்தலம்' என்ற கோவிலில் காணப்படும் ஒரு கல்வெட்டில் 'எந்த ஆணும் என்னுடைய நிர்வாணத் தன்மையை வெளிப்படுத்தியதில்லை. நான் பிறப்பித்ததன் பலன் சூரியனாகும்' - என்ற வரிகள் காணப்படுகின்றன.

இந்த வரிகள் மூலம் அவள் எந்த ஆணும் தனது உடலைப் பார்த்தது இல்லை என்பதையும், தான் கருவுற்றதையும் கூறுகிறாள். கருத்தரிப்பில் ஆணின் பங்கு உணரப்படாத அன்றைய நிலையையே இது காட்டுகின்றது. இதை அன்றைய ஆண்களும் நம்பி இருந்தனர்.

பழங்கால ஆண்கள் இனப்பெருக்கம் முழுக்க முழுக்க பெண்களின் வன்மையால் நடைபெற்றதாகக் கருதினர். இதனால் பெண்ணின் இனப்பெருக்கத்திற்கு உரிய மாதவிலக்கை வளத்தின் குறியீடாக மக்கள் அனைவருமே கொண்டாடினர். அதன் நீட்சி இன்றும் இந்து சமயத்தில் உள்ள குங்குமம். பண்டைய கிரேக்கர்கள் ஆண்டுதோறும் தங்கள் விதைப்பைத் துவங்கும்போது பெண்ணின் மாதவிலக்கை விதைகளில் கலந்து விதைப்பதை ஒரு வழக்கமாகவே கொண்டிருந்தனர். இது போன்ற உதாரணங்கள் உலகெங்கும் உண்டு.

தங்களால் இனப்பெருக்கத்தில் பங்காற்ற முடியவில்லையே என்ற ஆற்றாமை ஆண்களுக்கு இருந்தது. 'அராண்டா'வைப் போன்ற பழங்கால சடங்குகள் ஆண்களின் ஆற்றாமைக்கு அப்போது வடிகால்களாக இருந்தன. ஆஸ்திரேலியாவில் உள்ள பழங்குடி மக்கள் இந்தச் சடங்கை மேற்கொள்கின்றனர். இவர்கள் 'அராண்டா பழங்குடிகள்' என்றே அழைக்கப்படுகின்றனர். அராண்டா என்பதற்கு பிளவுண்ட ஆண்குறி என்பது நேரடி அர்த்தம். இந்தச் சடங்கில் ஒரு ஆண்மகனுடைய குறியானது இரண்டாகப் பிளக்கப்பட்டு அதன் மூலம் அவனது மாதவிலக்கு போக்கப்படுகிறது. சடங்குகளில் இந்தக் காயம் மீண்டும் மீண்டும் திறக்கப்படும். இந்தச் சடங்கில் பங்கேற்றவனுக்கு 'பெண் குறியை உடையவன்' என்ற கவுரவப் பட்டமும் வழங்கப்படும்.

இந்த நிலையில்தான் கி.மு.3500 வாக்கில் ஆணின் விந்தணு மூலமாகக் குழந்தை பிறக்கின்றது என்ற கருத்து தோன்றுகின்றது. இந்தக் கருத்து 'பெண் விளைநிலம், ஆணே விதை' என்ற எண்ணமாக வலுவடைகின்றது. இதுவரை ஒடுங்கிக் கிடந்த ஆண் வர்க்கம் இதனால் சிலிர்த்து எழுந்து பெண்களை ஒரேயடியாக ஒடுக்கத் தொடங்கியது. இதனை வரலாற்றாசிரியர் ஜுன் மார்க்கடேல் 'ஆண்மகன் பல நூற்றாண்டுகளாக வஞ்சிக்கப்பட்டிருந்த நிலையில் சமத்துவம்

போதுமானதல்ல, இப்பொழுது அவன் தனது சக்தியின் முழு அர்த்தத்தைப் புரிந்துகொண்டான். இனி ஆதிக்கம் செலுத்தப்போகிறான்' என்று எழுதுகிறார்.

இதன் பின்னர் உலக படைப்பின் ஆற்றல் சின்னமாக ஆண்குறி அல்லது லிங்கம் பார்க்கப்பட்டது. லிங்கம் ஆண்மையின் சின்னம் என்ற கருத்து ஏற்கனவே பல்லாயிரம் ஆண்டுகளாக இருந்த நிலையில் இந்தக் கண்டுபிடிப்பால் அந்தக் கருத்தாக்கம் புத்துயிர் பெற்றது. கி.மு. 3500 முதல் உலகம் முழுவதும் லிங்க வழிபாடு பரந்துபட்ட ஒன்றாக வளரத் துவங்கியது. கிரீஸில், இத்தாலியில், பாம்பெய் போன்ற அழிந்த புராதன நகரங்களில், பண்டைய இங்கிலாந்தில் லிங்க வழிபாட்டின் எச்சங்கள் கண்டுபிடிக்கப்பட்டு உள்ளன. இந்தியாவில் இன்றும் லிங்க வழிபாடு உள்ளது நாம் அறிந்ததே.

தனக்குப் படைப்பில் பங்கு உள்ளது என்பதை அறிந்த ஆண் அப்போதே 'தான் மட்டுமே படைப்பிற்குக் காரணம்' - என்று எண்ணத் துவங்கினான். ஆணின் விந்தணுவுக்குள் ஒரு குட்டி மனிதன் இருக்கின்றான். அவன் பெண்ணின் வயிற்றுக்குள் சென்று வளர்கின்றான். இதில் பெண்ணின் பங்கு ஒன்றுமே இல்லை - என்று பெண் ஒதுக்கப்பட்டாள். பெண்கள் கல்வி கற்காமல், போர் பயிற்சி பெறாமல், கலைகளை அறியாமல் இருந்தாலும் தங்கள் வாரிசுகள் தங்களைப் போல இருப்பார்கள் என்று பிற்காலம் முழுதும் ஆண்கள் எண்ண இந்தக் கருத்துருவாக்கமே காரணமாக இருந்தது. இந்த எண்ணம்தான் தந்தைவழிச் சமுதாயத்தின் தோற்றத்திற்கும் வளர்ச்சிக்கும் உதவியது. தாய்வழிச் சமூக அமைப்பை ஒன்றும் இல்லாமல் செய்தது. இந்தப் புதிய எண்ணத்தின் பாதிப்பானது உலகின் அத்தனை மூலைகளிலும் எதிரொலித்த ஒன்று. இதில் மேலை நாடுகள் கீழைநாடுகள் என்ற வித்தியாசம் இல்லை. இது வரலாறு அறிய வேண்டிய ஒரு கண்டுபிடிப்பு என்பதில் ஐயமில்லை. 'வரலாற்றையே மாற்றிய பாதி உண்மையான கண்டுபிடிப்பு' இது. ஆனால் இதனை எந்த நூல்களும் பதிவு செய்யவில்லை. மானுடவியலைப் படிப்பவர்களைத் தவிர பிறருக்கு இதன் அடிப்படைகள் கூட கற்பிக்கப்படுவதில்லை. இதுபற்றி ரோசலிண்ட் மைல்ஸ்

'கருவுறுவதற்கு தான் அத்தியாவசியமானவன் என்பதை மனிதன் அறுதியிட்டுக் கூறத் தொடங்கியபோது பழைய மனப்போக்குகள் திடீரென சரிந்தன. இது மனிதனுடைய வரலாற்றில் மிக முக்கியமான புரட்சியாகும். இது இயந்திரம், விவசாயம் மற்றும் உலோகங்களுடைய உபயோகம் ஆகியவற்றுடன் சமமாகக் கருதப்படாதது வியப்புக்குரியதாகும்'

- என்று தனது 'உலக வரலாற்றில் பெண்கள்' நூலில் கூறி உள்ளார்.

ஆண்கள் இப்படியாக ஒரு பக்கம் பெண்களை நசுக்கிக் கொண்டு இருக்க, மனித குலத்திற்காக பெண்கள் செய்த ஒரு மாபெரும் தியாகம் அவர்களை காலப்போக்கில் ஆண்களுக்கு அடுத்த நிலையில் உள்ளவர்களாக மாற்றியது. பொதுவாக உலகின் ஒவ்வொரு உயிரினத்திற்கும் தலையின் இயல்பான அளவு ஒன்று உண்டு. தலையின் அளவு அதன் உள்ளே உள்ள மூளையின் அளவோடு சம்பந்தப்பட்டது. மனிதர்கள் அதிக மூளைத் திறனோடு இருக்க அவர்களது பெருத்த தலை அளவும் ஒரு பிரதான காரணம். ஆதி கால மனிதன் சிறிய தலை கொண்டவனாக இருந்தான், பின்னர் வந்த மனிதர்களின் தலைகள் பெருத்துக் கொண்டே வந்தன, உடனாக அறிவும்தான். இந்த மாபெரும் மாற்றத்திற்கு பெண்களின் உடல் ஒத்துழைத்த விதம் அபாரமானது.

பரிணாமத்தில் பெண்ணின் தொடை எலும்புகள் குழந்தை எளிதாக வெளியேற்றப்பட ஏதுவாக உள் பக்கமாகத் திருப்பிக் கொண்டன, பெண்ணின் கருப்பை குழந்தையின் தலையில் முழுவதும் எலும்புகள் வளரும் முன்னரே அதற்குப் பிற வளர்ச்சிகளைத் தந்து வெளியேறத் தயார்படுத்தியது (தலை வளராத காரணத்தால்தான் மனிதக் குழந்தைகள் பிற மிருகங்களைப் போல பிறந்த உடன் எழுந்து நிற்பது, நடப்பது இல்லை. மீத வளர்ச்சி வெளியே நடக்கிறது. கருப்பையின் உள்ளே காத்த தாயே வெளியேயும் காக்கிறாள்).

இந்த பரிணாம வளர்ச்சியால்தான் மனித இனம் இன்று மாபெரும் வளர்ச்சி அடைந்துள்ளது. ஆனால் இதன் பலனாக பெண்கள் குழந்தைப் பேறின் போதும், பின்னும் அதிக வலிக்கு ஆளாகின்றனர், அவர்களது உடல் அமைப்பு குழந்தைப் பேறுக்குப் பிறகு மாற்றம் காண்கிறது. மேலும்

உள்பக்கமாக திரும்பிய தொடை அமைப்பு பெண்ணை வேகம் குறைந்தவளாக்கியது. ஓட்டப்பந்தயங்களில் ஆண்கள் எப்போதும் பெண்களை விடவும் அதிக திறனோடு இருப்பதன் காரணம் இதுதான்.

எந்தப் பெண்ணின் தியாகத்தால் மனித மூளை வளர்ச்சி பெற்றதோ, அந்த மூளை அதே பெண்களை வலிமை குறைந்தவர்களாகப் பார்ப்பது பரிணாமத்தின் சாபக்கேடு.

கி.பி.18ஆம் நூற்றாண்டுவரையில் உலகெங்கும் பெண்கள் அடிமைப்பட்டுக் கிடந்த நிலையில் கி.பி.19ஆம் நூற்றாண்டைச் சேர்ந்த ஆலன் என்ற அறிவியலாளர் 'கருவுறுதலில் ஆண்களைப் போல பெண்களுக்கும் பங்கு உள்ளது. ஆணின் விந்தணுவும் பெண்ணின் கருமுட்டையும் சேரும்போதுதான் கரு தோன்றுகின்றது' என்பதை சான்றுகளுடன் நிறுவினார். இதன் பின்னரே 'ஆணும் பெண்ணும் சமம்' என்ற முழக்கம் உலகெங்கும் எழத் துவங்கியது. மீதம் இருந்த 50% உண்மை வெளிப்பட்டது.

ஆனாலும் கூட பெண்களின் உரிமைகள் சலுகைகளாகவே பார்க்கப்படும் நமது உலகில், அவர்கள் முன்பொருநாள் அனைத்தையுமே ஆண்டவர்கள் என்ற செய்தியும், ஒரு புதிய கண்டுபிடிப்பு அந்த நிலையை அடியோடு மாற்றிய செய்தியும் மறைக்கப்படுவது அவர்களுக்கு நாம் செய்யும் மற்றொரு அநியாயமே. வரலாறு என்பதற்கு இணையான ஆங்கிலச் சொல்லான History என்பதன் வேர்களை ஆராய்ந்தால் அதில் உள்ள His என்பது ஆண்களைக் குறிப்பதாக உள்ளது. பொதுவான ஆங்கிலச் சொற்களான Mankind, Chairman, Fellow - என்பவை முழுக்க ஆண்பாலாக உள்ளன. பெண்ணைக் குறிக்கும் ஆங்கிலச் சொல்லான WOMAN என்பதில் MAN என்ற ஆண்பால் சொல் உள்ளது, பெண் தெய்வத்தைக் குறிக்கும் GODDESS என்ற சொல்லில் ஆண் தெய்வத்தைக் குறிக்கும் GOD என்ற சொல் உள்ளது. இப்படியாக அறிவை வளர்க்க வேண்டிய மொழியும் வரலாறும் முழுக்க ஆணாதிக்கத் தொகுப்பாகவே உள்ளன.

இப்போது வரலாறு ஆணாதிக்கமாக உள்ளது, முன்பு வரலாறு பெண்ணாதிக்கமாக இருந்தது. எப்போது வரலாறு மானிட இனம் முழுவதற்குமான அன்பாதிக்கமாக இருக்குமோ என்று யாருக்கும் தெரியவில்லை.

# 2
## அச்சம், மடம், நாணம், பயிர்ப்பு – பெண்ணின் பண்புகளா?

பெண்களின் நாற்பண்புகளாக அச்சம், மடம், நாணம், பயிர்ப்பு - ஆகியவை தமிழ் நூல்களிலே கூறப்படுகின்றன. 'இவை ஒரு பெண்ணுக்கு இருந்தால்தான் அவள் முழுமை அடைகிறாள்' - என்ற கூற்று தமிழ் கூறும் நல்லுலகில் நெடுங்காலமாக வழங்கி வருகின்றது. மக்களும் இந்தக் கூற்றை 'பெண்மையின் இலக்கணம்' என்று காலம்காலமாகப் போற்றிவருகின்றனர். இந்த வரையறை எங்கிருந்து வந்தது என்று கேட்டால் தமிழ் அறிஞர்கள் தொல்காப்பியத்தைக் கைக்காட்டுகின்றனர். 'தொல்காப்பியரே சொல்லி விட்டாரா, சரிதான்' - என்று இதை ஏற்கவும் நம்மால் முடியவில்லை. அதற்குக் காரணம் தமிழ் அறிந்த கவிஞர்களான பாரதியும் பாரதிதாசனும் எழுதிய எழுத்துக்கள்.

பாரதியார் தனது புதிய ஆத்திசூடியிலே 'அச்சம் தவிர்' என்று எழுதுகிறார். இது ஆண்களுக்கு மட்டுமான வரையறையோ என்று நாம் கருதும் போது,

'நாணும் அச்சமும் நாய்கட்கு வேண்டுமாம்' என்று இன்னொரு இடத்திலே பாரதியார் கர்ச்சனை செய்கிறார். பாரதியின் வழிவந்த பாரதிதாசனோ

**'அச்சமும் மடமையும் இல்லாத பெண்கள்**
**அழகிய தமிழ்நாட்டின் கண்கள்'**

- என்று எழுதுகிறார். இந்த இடத்திலே நாம் பழைய வரையறையின் பரம்பரையை ஆராய வேண்டிய தேவை ஏற்படுகின்றது.

நால்வகைக் குணங்களில் நான்காவது குணமாகக் கூறப்படும் 'பயிர்ப்பு' - என்ற சொல் நமக்குப் புதியதாக உள்ளதால் இதன் அர்த்தத்தை முதலில் தேடுவோம். இப்போது புழக்கத்தில் இல்லாத இந்தச் சொல்லுக்கான அர்த்தம் பல தமிழ் அகராதிகளில் காணப்படுகின்றது. மதுரை தமிழ் பேரகராதி, கழகத் தமிழ் அகராதி, செந்தமிழ் அகராதி, தமிழ் அகராதி - ஆகிய 4 அகராதிகளிலும் ஒன்றுபோல இச்சொல்லுக்குக் கொடுக்கப்பட்டிருந்த அர்த்தம் 'அருவருப்பு'. சில அகராதிகள் பயிர்ப்பு என்ற சொல்லுக்கு இணைச் சொல்லாக 'குற்சிதம்' என்ற சொல்லைக் காட்டுகின்றன. குற்சிதம் என்ற சொல்லுக்கு அர்த்தம் பார்க்கப்போனால் மதுரைத் தமிழ்ப் பேரகராதியின்படி அதுவும் 'அருவருப்பு' என்பதாகவே உள்ளது. பெண்களுக்கு ஏன் அருவருப்பு தேவை? குழப்புகிறது அல்லவா?

அடுத்ததாக இந்த வரையறை தொல்காப்பியத்தில் எப்படி உள்ளது என்று பார்ப்போம்.

**'அச்சமும் நாணும் மடனும் முந்துறுதல்**
**நிச்சமும் பெண்பாற் குரிய என்ப'**

- இது தான் தொல்காப்பியம் காட்டும் வரையறை. முதலாவதாக நாம் கவனிக்க வேண்டியது இதில் 'பயிர்ப்பு' என்ற ஒன்று கூறப்படவில்லை. தொல்காப்பியர் வரையறுத்தது 3 குணங்களை மட்டும்தான். பயிர்ப்பு பிற்காலத்தில் வந்த பிற்சேர்க்கை. இதனை சேர்த்த புண்ணியவான் யார் என்று இன்றும் தெரியவில்லை. ஆனால் அப்படிச் சேர்த்தவருக்கு இருந்த கொஞ்ச நஞ்ச தெளிவு கூட இந்த வரையறையைப் பயன்படுத்தும் நமக்கு இல்லை என்பது கூடுதல் ஆச்சர்யம்.

எந்த நூலின் ஒரு பகுதியை நாம் மேற்கோளாகப் பயன்படுத்தினாலும் அது அந்தநூலின் எந்தப்பகுதியில் வருவது என்பதை அறிந்து மேற்கோள் காட்டுவது அவசியம். உதாரணமாக திருக்குறளில் ‘குறிப்பறிதல்’ என்ற அதிகாரம் மட்டும் 2 முறை வருகின்றது. அதில் ஒன்று பொருட்பாலில் அமைச்சியலில் வருகின்றது. மற்றொன்று இன்பத்துப்பாலில் களவியலில் வருகின்றது. முதலாவது குறிப்பறிதல் அதிகாரம் ‘அமைச்சு செய்யும் பண்புடைய ஒருவன் பிறரது குறிப்பை எவ்வாறு அவன் வாயால் உரைக்கும் முன்பே அறிய வேண்டும்’ என்பதை விளக்குவது. இரண்டாவது குறிப்பறிதல் அதிகாரம் ‘ஒரு தலைவன் தன் தலைவியின் குறிப்பை உணர்ந்து அவள் காதலை அறிவது’ என்பதை விளக்குவது. இந்த இரண்டு அதிகாரங்களும் பெயரால் ஒன்றுபட்டாலும் பொருளால் முழுவதும் வேறுபட்டு நிற்பவை. இதனால் ஒரு நூலின் ‘இயல்’ என்பது அந்த நூல் எதுகுறித்துப் பேசுகின்றது என்பதை அறிய இன்றியமையாதது. ஒரு கறிக்கடைக்காரரை அவரது கடையில் வைத்து ‘மூளை இருக்கா?’ - என்று கேட்பதற்கும், சாலையில் வைத்து ‘மூளை இருக்கா?’ - என்று கேட்பதற்கும் நிறைய வித்தியாசம் உள்ளது. அதன் விளைவுகளும் வேறு. எனவே சொற்களின் அர்த்தம் இடத்தைப் பொருத்து வேறுபடக்கூடியது.

தொல்காப்பியத்திலே மேற்கூறிய வரையறையானது அதன் ‘களவியல்’ பகுதியிலே 96ஆவது வரியில் இருந்து தொடங்கக் கூடியதாக உள்ளது. ‘மனது ஒருமித்த காதலர்கள், திருமணம் செய்து கொள்வதற்கு முன்பாகவே பிறர் அறியாமல் தனி இடத்தில் கூடி இன்பமாக இருப்பது’ - என்ற நிலையே களவியல் ஆகும். அப்படி அவர்கள் கூடும் இடத்திற்கு ‘குறி’ என்ற பெயர் சங்க இலக்கியங்களிலே காணப்படுகிறது. பகலில் கூடும் இடம் பகற்குறி, இரவில் கூடும் இடம் இரவுக்குறி.

தலைவியானவள் தலைவனுடன் தனியே இருக்கும் போது அவளுக்கு மனதின் உள்ளே உருவாகக் கூடிய அச்சம் (பிறர் பார்த்தால் என்ன ஆகும் என்ற மனநடுக்கம்), மடம் (என்ன ஆனாலும் சரி என்று தலைவனின் ஆசைக்குத் துணை நிற்கும் அறிவற்றதனம்), நாணம் (தலைவனை அனுமதித்த பின்னர் அவனது செயல்களால் வரும் வெட்கம்)

– ஆகியவற்றையே தொல்காப்பியர் 'அச்சம், மடம், நாணம்' என்று மூன்றாக வகுத்தார். சங்ககால இலக்கியங்களிலும் இதுவே களவின் நிலைகளாகப் பாடப்பெற்றுள்ளன.

இந்நிலையில் தமிழ்ச்சமுதாயம் பல மாற்றங்களை சந்தித்தபின்னர், பிற்காலத்தில் தமிழரின் காதல் சுதந்திரத்தை ஏற்க முடியாத ஒருவர், 'திருமணத்திற்கு முன்பாக ஒருவன் தன்னைத் தொடும்போது பெண் அதனை அனுமதிப்பது எப்படி சரியாக இருக்கும்? அவள் அவனது தொடுகையை அருவருப்பாக அல்லவோ பார்க்க வேண்டும்?' – என்று எண்ணிப் பின்னாளில் சேர்த்ததே 'பயிர்ப்பு'.

எனவே இந்த 4 பண்புகளும் பெண்களுக்கு எப்போதும் உரியவை என்பது ஒருபோதும் ஏற்கத்தக்கது அல்ல. இவற்றில் 3 பண்புகள் தேவையான காலத்தில் மட்டும் தோன்றக் கூடியவை. இரு பாலுக்கும் பொதுவானவை.

| | தொல்காப்பியம் | | |
|---|---|---|---|
| | எழுத்ததிகாரம் | சொல்லதிகாரம் | பொருளதிகாரம் |
| 1 | நூன் மரபு | கிளவியாக்கம் | அகத்திணை இயல் |
| 2 | மொழி மரபு | வேற்றுமையியல் | புறத்திணை இயல் |
| 3 | பிறப்பியல் | வேற்றுமை மயங்கியல் | களவியல் |
| 4 | புணரியல் | விளி மரபு | கற்பியல் |
| 5 | தொகை மரபு | பெயரியல் | பொருளியல் |
| 6 | உருபியல் | வினையியல் | மெய்ப்பாட்டியல் |
| 7 | உயிர் மயங்கியல் | இடையியல் | உவமை இயல் |
| 8 | புள்ளி மயங்கியல் | உரியியல் | செய்யுளியல் |
| 9 | குற்றியலுகரப் புணரியல் | எச்சவியல் | மரபியல் |

தொல்காப்பியத்தில் களவியலின் இடம்

அச்சத்தைப் பற்றிப் பார்க்கும் போது 'அஞ்சுவது அஞ்சாமை பேதைமை' – என்று திருவள்ளுவர் கூறுகிறார். அச்சப்பட வேண்டியவற்றுக்கு அச்சப்படாமல் இருப்பது முட்டாள்தனம் – என்பது இதன் அர்த்தம். எவற்றுக்கு எல்லாம் அச்சப்பட வேண்டும் என்று நாம் பார்க்கும்போது 'ஒன்பான் சுவை'களுள் அச்சத்தை ஒன்றாக வைத்த தொல்காப்பியர் பெண்கள், விலங்கு, கள்வர், அரசன் – ஆகியவற்றைக் கண்டு

அச்சப்படு என்கிறார். பெண்களைக் கண்டு அச்சப்படு - என்ற கட்டளை இங்கே ஆண்களுக்கே வழங்கப்பட்டிருக்கின்றது. எனவே உரிய இடத்தில் ஆண்களுக்கும் தேவையான பண்பே அச்சம் என்பதில் சந்தேகம் இல்லை.

இரண்டாவதாக உள்ளது மடம். இது எப்போதும் இழிவுக்கு உரியது இல்லை. உயர்ந்த செயல்களில் உள்ள மடமை கூட போற்றத்தக்கதே. உதாரணமாக 'யாருக்குக் கொடுக்கிறோம்?, எதற்குக் கொடுக்கிறோம்?' என்ற எண்ணமே இல்லாமல் அனைவருக்கும் வாரிக் கொடுப்பதற்கு சங்க இலக்கியத்தில் 'கொடைமடம்' என்பது பெயர். புறநானூற்றில் பேகனைப் பரணர்,

**உறுகுளத்து உகுத்தும், அகல்வயல் பொழிந்தும்**<br>**உறுமிடத்து உதவாது உவர்நிலம் ஊட்டியும்**<br>**வரையா மரபின் மாரி போலக்,**<br>**கடாஅ யானைக் கழற்கால் பேகன்**<br>**கொடைமடம் படுதல் அல்லது,**<br>**படைமடம் படான் பிறர் படைமயக் குரினே**

- என்று பாடுகிறார்.

'வயலிலே பொழிகிறோமா? எதுவுமே முளைக்காத உவர் நிலத்தில் பொழிகிறோமா? - என்று மழைக்குத் தெரியாதது போல, இருப்போருக்குக் கொடுக்கிறோமா? இல்லாதோருக்குக் கொடுக்கிறோமா? - என்று பேகனுக்குத் தெரியாது, அத்தகைய மடமை (கொடைமடம்) பேகனுக்கு உண்டு, ஆனால் போரில் அவனுக்கு மடமையே கிடையாது' என்பது இதன் பொருள்.

மூன்றாவதாக உள்ள நாணத்தை எடுத்துக் கொண்டால், வள்ளுவர் தனது 'நாணுடைமை' என்ற அதிகாரத்திலே நாணத்தை இரு பாலுக்கும் பொதுவாகவே வைத்துப் பாடி உள்ளார். ஆண்களுக்கு நாணம் வருவதற்கும் பெண்களுக்கு நாணம் வருவதற்கும் காரணங்கள்தான் வேறு. இந்த அதிகாரத்திலும் நாணம் பெண்களுக்குக்கே உரிய பண்பாக எங்கும் கூறப்படவில்லை.

நாணங்களில் எல்லாம் சிறந்த நாணம் எது என்று விளக்க முயலும் ஒரு நாலடியார் பாடல்,

நச்சியார்க்கு ஈயாமை நாணன்று நாள்நாளும்
அச்சத்தால் நாணுதல் நாணன்றாம்; - எச்சத்தின்
மெல்லிய ராகித்தம் மேயாயார் செய்தது
சொல்லாது இருப்பது நாண்  (நாலடியார் 299)

- என்கிறது.

"நம்மிடம் ஒன்று கேட்டு வருபவர்க்கு கொடாமல் இருப்பது நாணத்திற்கு உரியது, தீயனவற்றைச் செய்வதும் நாணத்திற்கு உரியது, இவற்றில் எல்லாம் சிறந்த நாணம் நம்மை எளியவராக எண்ணி, செல்வத்தால் பெருமை உடையவர் செய்யும் அவமரியாதையை வெளிக்காட்டிக் கொள்ளாமல் இருப்பதே!" - என்பது இதன் பொருள்.

எனவே அச்சம், மடம், நாணம், பயிர்ப்பு ஆகியவை பெண்களுக்கே உரித்தான பண்புகளோ, பெண்களுக்கு கட்டாயம் இருக்க வேண்டிய பண்புகளோ அல்ல. எனவே இவை ஒருபோதும் பெண்மை குணங்களுக்கான வரையறைகள் கிடையாது.

# 3
# கற்பு

**த**மிழ் சமுதாயத்தில் பல விவாதங்களுக்குக் களம் அமைத்துக் கொடுத்த ஒரு கருத்து 'கற்பு!'. 'ஒரு பெண் தனக்கு உரிமை உடையவனோடு மட்டும் உண்மையாக இருப்பது' - என்று பிற்கால ஆணாதிக்கவாதிகளால் கற்புக்கு வரையறை வகுக்கப்பட்டு, இப்போது வழக்கிலும் புழங்குகின்றது. எந்தப் பாடப்புத்தகத்திலும் இல்லாத இந்த வரையறை, நாம் எல்லோரும் அறிந்த வரையறையாக இருப்பது ஒரு விரும்பத்தகாத வினோதம். அறிவியல் வளர்ச்சி மனிதர்களின் மனப்பான்மையை மாற்றுவது இல்லை, மாறாக ஏற்கனவே உள்ள மனப்பான்மைக்கு உதவி மட்டுமே செய்கின்றது என்பதைத்தான் கற்பு குறித்த சமீப கால சர்ச்சைகள் காட்டுகின்றன. நவீன அறிவியலின் துணையோடு பெண்ணின் கன்னித்திரையைக் கற்போடு தொடர்புபடுத்தும் கொடுமை இன்று நாடெங்கும் நடக்கின்றது. இதனால் தடகளத்தில் பங்கேற்கும் பல பெண்கள் திருமணத்திற்குப் பின்பு கணவனுக்கு விளக்கங்கள் கூறும் நிலைக்குப் போவது

கசப்பான எதார்த்தம். கற்பு என்றால் உண்மையில் என்ன? கற்பு தொடர்பாக உலவும் வரையறை ஏற்புடையதா?

தமிழில் 'கற்பு' என்றால் கற்பிக்கப்படுவது, அல்லது கல்வி என்பதுதான் நேரடியான பொருள். அது ஆகுபெயராக பலவற்றுக்குப் பொருந்தும். உதாரணமாக, சங்க இலக்கியத்தில் வடமொழி **'எழுதாக் கற்பு'** என்று குறிக்கப்படுகிறது. இதன் அர்த்தம் 'எழுத்து வடிவம் இல்லாத மொழி' என்பது (சமஸ்கிருதத்திற்கு வரிவடிவம் கிடையாது). இங்கு கற்பு என்பது மொழியாக எடுத்தாளப்பட்டு உள்ளது.

தமிழின் மூத்த இலக்கண நூலான தொல்காப்பியம்

**'கற்பெனப்படுவது பிறர் நெஞ்சு புகாமை'** - என்று கற்புக்கு வரையறை சொல்கிறது. இதில் உடல் ஒரு பொருட்டாகவே குறிக்கப்படவில்லை.

ஔவையார் தனது கொன்றை வேந்தனில்

**'கற்பெனப்படுவது சொற்திறம்பாமை'** என்கிறார். அவர் கூறுவதற்கும் உடம்புக்கும் கூட தொடர்பே இல்லை. இரண்டு வரையறைகளும் மன உறுதியோடு மட்டுமே தொடர்புடையவை.

அப்போது கற்பு என்பது எங்குமே உடலோடு தொடர்புடைய ஒன்றாகக் கூறப்படவில்லையா? பெண்ணின் ஒழுக்கமாகக் கூறப்படவில்லையா? - என்றால், கற்பு காமத்தோடு தொடர்புடைய ஒன்றாகவும், பெண்ணுக்கும் உரியதான ஒரு ஒழுக்கமாகவும் தொல்காப்பியத்திலேயே கூறப்பட்டு உள்ளது. பெண்ணின் மாண்புகளைப் பற்றிக் கூறும் இடத்தில் தொல்காப்பியர்,

**'கற்பும் காமமும் நற்பால் ஒழுக்கமும்**
**மெல்லியற் பொறையும் நிறையும் வல்லிதின்**
**விருந்து புறந்தருதலும் சுற்றம் ஓம்பலும்**
**பிறவும் என்ன கிளவோள் மாண்புகள்'**

- என்று கற்பைப் பெண்ணின் மாண்புகளில் ஒன்றாகக் குறிப்பிட்டு உள்ளார்.

இதனால் பெண்கள் கற்போடு இருக்க வேண்டும் என்று தொல்காப்பியரே சொல்லிவிட்டார், நம் வேலை முடிந்துவிட்டது என்று நாம் விட்டுவிட முடியாது!. ஏனென்றால் தொல்காப்பியர் கூறும் கற்பு இன்று நாம் கருதும்

கற்போடு பல வகையிலும் மாறுபட்டது. தொல்காப்பியர் காமத்துக்குப் பின் வருவது கற்பு - என்று குறிப்பிடுகிறார் என்ற ஒருவரித் தகவல் இங்கு சரியான திசைகாட்டியாக இருக்கும்!.

தொல்காப்பியத்தில் களவியல் என்று ஒரு இயல் இருப்பதைப் போலவே கற்பியல் என்ற ஒரு இயலும் இருக்கின்றது!. இந்த இயல் ஆண், பெண் உடலுறவுகளைப் பற்றிப் பேசவில்லை. உடலுறவு தொடர்பான செய்திகள் களவியலிலேயே கூறப்பட்டுவிடுகின்றன. களவியல் என்பது திருமணத்திற்கு முன்னர் தலைவனும் தலைவியும் தனித்திருப்பது தொடர்பானது. இதற்கு மாறாக ஆண், பெண் இருவருக்கும் திருமணம் நடந்த பின்னர் நிகழும் சம்பவங்களையே கற்பியல் விளக்குகின்றது.

எடுத்துக்காட்டாக, திருமணத்திற்குப் பின்னர் தனது தேவைகளுக்காக தலைவன் தலைவியை விட்டுப் பிரிவது கற்பியலில் கூறப்படுகின்றது. படிப்பு, பணம், பணி - என்று எந்தத் தேவையாகவும் அது இருக்கலாம். கணவனின் பிற பெண்களுடனான தொடர்பினால் தலைவி கொள்ளும் ஊடலையும் கற்பியல் காட்டுகின்றது. அப்படியென்றால் தொல்காப்பியர் காலத்தில் கற்பு என்ற வார்த்தை திருமணத்தையே குறித்து இருக்கின்றது.

தொல்காப்பியத்திற்கு நச்சினார்க்கினியார் எழுதிய உரையும் திருமணத்தையே கற்பு என்று கூறுகின்றது. நச்சினார்க்கினியார் களவு மேற்கொள்ளும் அனைவருமே கட்டாயம் கற்பும் மேற்கொள்ள வேண்டும் என்கிறார். அதாவது உறவு கொள்ளும் தலைவனும் தலைவியும் பின்னர் கட்டாயம் திருமணம் செய்து கொள்ளவேண்டும்!. இதில் கந்தர்வர்களுக்கு மட்டும் விலக்கு உண்டு என்பதையும் அவர் சுட்டுகிறார். அந்தப் பாடல்

'கந்தருவர்க்குக் கற்பின்றி அமையவும் பெறும், ஈண்டுக் கற்பின்றிக் களவே அமையாது'.

இந்த விளக்கங்கள் திருமணத்திற்கு முன்பு ஆணும் பெண்ணும் உறவு கொள்வதற்கு அன்றைய சமூகத்தில் தடைகள் எதுவுமே இல்லை என்பதையே காட்டுகின்றன. இந்த செய்தி நாம் இன்று எதனை நமது பண்பாடு என்று கூறிக் கொண்டு இருக்கின்றோமோ அதற்கு நேர் எதிரானது!.

இரா. மன்னர் மன்னன்

நச்சினார்க்கினியார் கற்புக்கு,

'கற்பெனப் படுவது கரணமொடு புணரக்
கொளற்குரிய மரபிற் கிழவன் கிழத்தியை
கொடைக்குரி மரபினோர் கொடுப்பக்கொள் வதுமே'

- என்று நேரடியாகவே கூறிய இலக்கணம் இதனை மேலும் உறுதிப்படுத்துகின்றது. இதன்படி களவுக்குப் பிறகு தலைவன் தலைவி ஆகியோரின் பெற்றோர்கள் கூடி இருவரையும் திருமணத்தால் இணைப்பதே கற்பு!.

தமிழ் உலகம் போற்றும் திருக்குறளிலும் களவியலுக்கு அடுத்து 'கற்பியல்' உண்டு. கற்பியலின் கீழே 18 அதிகாரங்கள் வருகின்றன. அவை

1. பிரிவு ஆற்றாமை
2. படர்மெலிந்து இரங்கல்
3. கண்விதுப்பு அழிதல்
4. பசப்புறு பருவரல்
5. தனிப்படர் மிகுதி
6. நினைத்தவர் புலம்பல்
7. கனவுநிலை உரைத்தல்
8. பொழுது கண்டு இரங்கல்
9. உறுப்புநலன் அழிதல்
10. நெஞ்சொடு கிளத்தல்
11. நிறை அழிதல்
12. அவர்வயின் விதும்பல்
13. குறிப்பறிவுறுத்தல்
14. புணர்ச்சி விதும்பல்
15. நெஞ்சொடு புலத்தல்
16. புலவி
17. புலவி நுணுக்கம்
18. ஊடல் உவகை - இவையும் திருமண வாழ்வில் 'தலைவன் - தலைவி பிரிவினையே' பேசுகின்றன.

பின்னர் சிலப்பதிகாரக் காலத்தில்தான் கற்பு என்பது இன்றைய பொருளுக்கு வந்தது. சிலப்பதிகாரத்தில் கண்ணகியை இளங்கோவடிகள்

'கற்புக்கடம் பூண்ட கண்ணகித் தெய்வம்' என்று எழுதுகிறார். பத்தினித் தன்மையை தெய்வ நிலைக்கு எடுத்துச் செல்கிறார். இதன் பின்னரே கற்பு குறித்த பேச்சுகள் தமிழ்ச் சமூகத்தில் அதிகரிக்கின்றன. இளங்கோவடிகளின் சகோதரனும் அரசனுமான சேரன் செங்குட்டுவனுக்கு ஒரு சந்தேகம் வருகின்றது, பாண்டிய அரசன் இறந்த உடன் அவனுக்காக இறந்த பாண்டிய மாதேவி கற்பில் சிறந்தவளா? அல்லது தன் கணவன் மீதான திருட்டுப் பழியைத் துடைத்து விண்ணுலகம் சென்ற கண்ணகி கற்பில் சிறந்தவளா? - என்று. அன்றைய விவாத அவைகளான பட்டிமன்றங்கள் இதனை விவாதிக்க ஆரம்பித்து, இன்றுவரை விவாதித்து வருகின்றன. ஆனால் இந்த விவாதத்தின் சுவாரசியத்தில் 'கற்பு என்றால் அடிப்படையில் என்ன?' - என்பதைத் தமிழ் உலகம் சிந்திக்கத் தவறியே விட்டதுதான் சோகம்!.

கற்பு பற்றிய கருத்தாக்கம் தமிழகத்தில் நாளுக்குநாள் ஆதிக்கம் செலுத்த, சிலப்பதிகாரத்தின் பின்வந்த பல நூல்கள் கற்பைப் போற்றின. அதில் குறிப்பிடத் தகுந்த நூல் கம்பரின் இராமாயணம்!. இதில் நூலின் பாவிகப் பாடலான 'ஆசலம்புரி' பாடலே கற்பைப் பற்றியதுதான்!. (பாவிகம் என்பது காப்பியத்தின் பண்பு என்கிறது தண்டியலங்காரம், எளிதாகச் சொல்வதானால் காப்பிய நிகழ்ச்சிகள் அனைத்தும் ஒன்றுபடும் ஒரு முக்கியப் புள்ளியே பாவிகம்). 'அறத்தை நிலைநாட்டவே இராமன் பிறந்தான்' என்று சொல்லும் கம்பராமாயணத்தில் அறத்திற்கு அடுத்தபடியாக அதிகம் போற்றப்படும் பண்பாக கற்பு இடம்பெற்று உள்ளது. கற்பு ஒரு பெண்ணுக்குப் பாதுகாப்பாக நிற்கக் கூடியது, அவளை எந்த ஆபத்திலும் காக்கக் கூடியது என்ற காவிய சிந்தனை கம்பராமாயணத்தில் அதிகம் எடுத்தாளப்பட்டு உள்ளது. உதாரணமாக இதில் கம்பர் 'திட்டியின் விடமன்ன கற்பு' என்று ஓரிடத்தில் குறித்து உள்ளார். திட்டி என்பது கண்களினாலேயே விஷத்தை உமிழும் ஒருவகை நாகம் ஆகும். அந்த நாகத்திற்கு விஷம் எப்படியோ அது போலவே பெண்ணுக்குக் கற்பு என்று கம்பர் காட்டுகின்றார்.

அவர் இப்படிக் கூறுவதால் அவருக்கே ஒரு சிக்கல் ஏற்படுகிறது. 'ஒரு பெண்ணுக்குக் கற்பே காவலாக அமையும் என்றால், ஏன் சீதையின் கற்பு இராவணனைக்

பாண்டியனின் அவையில் கண்ணகி

கொல்லவில்லை? இராமன் வர வேண்டிய தேவை என்ன?' - என்ற சந்தேகம் படிப்பவர்களுக்கு ஏற்படும். இதற்காகவே சீதை இலங்கை வந்து தன்னைக் கண்ட அனுமனிடத்தில் சொல்வதாக

'எல்லை நீத்த உலகங்கள் யாவும் என்
சொல்லினால் சுடுவேன், அது தூயவன்
வில்லின் ஆற்றற்கு மாசு என்று வீசினேன்'

- என்ற பாடலை கம்பர் எழுதுகிறார். 'என்னால் ஒரு வார்த்தையினாலேயே எல்லை இல்லாத உலகங்கள் எல்லாவற்றையும் சுட்டெரிக்க முடியும், அது எனது கணவனுக்கு அசிங்கம், அவருக்கு வாய்ப்பளிக்கவே நான் அப்படிச் செய்யவில்லை' என்பது இதன் பொருள்!.

பின்பு இலங்கையில் இருந்து மீண்டு, இராமனைக் கண்ட அனுமன் சீதையை 'கற்பினுக்கு அணி' என்றே குறிக்கின்றான்!.

இன்றைய சூழலில் 'கற்பு பெண்ணைப் பாதுகாக்கும்' என்ற முந்தைய கருதுகோள் ஒரு பெண் வன்புணர்வுக்கு ஆளாக்கப்பட்டாலும் 'நீ கற்பற்றவள், உனக்குக் கற்பு இருந்திருந்தால் உன்னை நீயே காப்பாற்றிக் கொண்டு

இருப்பாய்!' - என்று சமூகம் அவள் மீது குறை சொல்லவே வழி வகுக்கின்றது என்பது மிகப்பெரிய சிக்கல்.

கற்பு என்ற சொல் பெண்ணின் ஒழுக்கமாக புழங்கிய அதே நேரத்தில் கற்பு என்பது கல்வி (அல்லது கற்பிக்கப்பட்ட ஒன்று) என்ற அதன் பொதுவான அர்த்தத்திலும் அதே சமகாலத் தமிழ்ச் சமுதாயத்தில் புழங்கியது.

பெரிய திருமொழியில் திருமங்கை மன்னர்

'ஆழி ஏந்திய கையனை, அந்தணர்
கற்பினை கழுநீர் மலரும் வயல்
கண்ணமங்கையுள் கொண்டேனே'

- என்கிறார்.

இங்கு 'அந்தணர் கற்பு' என்பது அந்தணரின் கல்வி என்ற பொருளிலேயே வந்துள்ளது.

இந்தக் கற்பு என்ற கருத்தாக்கம் 'கற்பழிப்பு' என்ற கருத்தாக்கத்திற்கும் வழி செய்தது. ஒரு ஆண் ஒழுக்கம் தவறிய நிகழ்வை, அதனால் பாதிக்கப்பட்ட பெண் கற்பினைத் தவறவிட்ட நிகழ்வாக தமிழ்ச் சமுதாயம் பதிவு செய்தது. தமிழகப் பத்திரிகைகள் கூட 'பெண் கற்பழிப்பு' என்று கொட்டை எழுத்துக்களில் செய்திகள் போட்டன. இலங்கையில் விடுதலைப் புலிகள் தன்னாட்சி செலுத்திய போது, அவர்கள் இந்த அபத்தத்தை உணர்ந்து தங்கள் இதழ்களில் 'கற்பழிப்பு' என்ற வார்த்தையை முற்றாகத் தவிர்த்தனர். அதுபோன்ற இடங்களில் 'வன்புணர்வு', 'வல்லுறவு' போன்ற வார்த்தைகளை அவர்கள்தான் முதன் முதலில் பயன்படுத்தினர். இன்று அதனைப் பெரும்பாலான ஊடகங்கள் தொடர்கின்றன.

தமிழில் முதன்முதலில் கற்பழிப்பு என்ற வார்த்தையைப் பயன்படுத்தியதாகக் கருதப்படுபவர் சைவத்தின் நால்வரில் ஒருவரான சம்பந்தர். அவர்

'பெண் அகத்து எழில் சாக்கியப்பேய் அமண்
தெண்ணர் கற்பழிக்கத் திரு உள்ளமே'

- என்று பாடியுள்ளார். சமணர்களின் பெண்களுக்கும் கல்வி வழக்கம் இருந்தது. அதனை அழிக்க வேண்டும் என்று சம்பந்தர் கூறினார் என்பதே இதற்கு உரிய பொருள் ஆகும்.

தற்கால அர்த்தத்தை இதில் வைத்தால் மிக மோசமான பொருளே கிடைக்கும்.

கற்பு - என்பதை பெண்ணின் மிக உயர்ந்த ஆற்றலாக நாம் மக்களின் மனதில் பதிய வைப்பது நமது பண்பாட்டிலும் இல்லை, உலகுக்குத் தேவையானதும் இல்லை. கற்புடைய பெண் சொன்னதும் மழை பெய்யும், வாழை மரம் எரியும் - என்பது போன்ற கருத்துகளை முன்வைத்து, நாம் நமது சக பெண்களை சங்கடத்திற்கே உள்ளாக்குகின்றோம். யார்வீட்டில் மனைவி சொல்லி மழை பெய்தது? யாருடைய அம்மா வாழைமரத்தில் அடுப்பு எரித்தார்கள்? இலங்கையிலே சிங்களப் படையால் வன்புணரப்பட்டு உயிரிழந்த நம் அன்பு சகோதரிகள் கற்புத்திறம் இல்லாததனால் இறந்தார்களா? - இந்தக் கேள்விகளுக்கு பதில் என்ன?

இன்னொரு பக்கம் பஞ்ச கன்னிகைகள் என்று வைதீக சமயம் போற்றும் கற்புக்கரசிகள் யார் யார் என்று பார்த்தால்,

1. அகலிகை
2. பாஞ்சாலி
3. சீதை
4. தாரை
5. மண்டோதரி

- என்ற பட்டியல் நமக்குக் கிடைக்கின்றது.

இவர்களில் முதலாவதாக உள்ள அகலிகை தனது கணவனான கவுதம முனிவரை விட்டு, இந்திரனோடு உறவு கொண்டவள். இரண்டாவதாக உள்ள பாஞ்சாலி ஐந்து பேருக்கு மனைவியாக இருந்தவள். மகாபாரதத்தின் ஒரு இடத்தில் பாஞ்சாலியின் மனம் இந்த ஐவரையும் காணும் முன்பு கர்ணனுக்காக சலனப்பட்டதாக கிருஷ்ணனே கூறுகிறார்!. இவர்களைத்தான் கற்புடைப் பெண்டிர் வணங்க வேண்டும் என்று மதம் வழிகாட்டுகின்றது.

இதனால் கற்பை பெண்ணின் ஒழுக்கமாக, தவறான புரிதலில் யாரும் காட்ட வேண்டாம். கற்பு கட்டாயம் சமூகத்தில் தேவை என்றால் பாரதியார் சொன்னதுபோல அதனை ஆண்களுக்கும் பெண்களுக்கும் பொதுவில் வையுங்கள்.

# 4

## உடன்கட்டை ஏறுதல்

**ப**ள்ளிக்கூட வரலாற்றுப் பாடத்தில் ராஜாராம் மோகன்ராயைப் பற்றிப் படிக்க நேர்ந்த போதுதான் 'உடன்கட்டை ஏறுதல்' என்ற ஒன்று நம்மில் பெரும்பாலானோர்க்கு அறிமுகமாகி இருக்கும். உடன்கட்டை ஏறுதல் என்றால் 'கணவன் இறந்த பிறகு அவனோடு அவன் காதல் மனைவியும் தீயில் இறங்குவது' - என்பதுதான் இன்றைக்கும் நமது பொதுவான புரிதல். 'உடன்கட்டை ஏறுதல்' என்ற சொல்லாட்சியானது 'ஒரு பெண் விரும்பிச் செய்யும் செயல்' என்ற தொனியையே கொண்டுள்ளது. ஆனால் உண்மை அவ்வாறு இல்லை.

கணவனை இழந்த பெண்கள் அதற்குப் பிறகு வாழக் கூடாது - என்ற முடிவை எடுத்தது அந்தப் பெண்கள் அல்ல நமது சமூகம்தான். பிணமாகலாமா? நடைபிணமாகலாமா? - என்ற முடிவை மட்டுமே அந்தப் பெண்கள் சொந்தமாக எடுத்தனர். சிலருக்கோ அதற்கும் கூட வாய்ப்பு வழங்கப்படவில்லை. அவர்கள் கட்டாயப்படுத்திக் கொலை செய்யப்பட்டனர்.

18ஆம் நூற்றாண்டில், வங்கத்தில் உடன்கட்டையை அல்லது சதியை (ஆங்கிலத்தில் SATI) நேரில் கண்ட ஒரு ஐரோப்பியரின் குறிப்பு கீழே அப்படியே கொடுக்கப்படுகிறது.

'சிதைக்கு தீ மூட்ட வேண்டிய அந்த உறவினர் அவளை (இறந்தவரின் மனைவியை) ஆறுமுறை சிதையைச் சுற்றிவரச் செய்தார். பின்னர் அவள் தன் கணவனின் சவத்திற்கு அருகில் படுத்துக்கொண்டு தன் ஒரு கையை அவனுடைய கழுத்தின் கீழ் வைத்து, மற்றொரு கையை அவன் மேல் வைத்து அணைத்துக் கொண்டாள். பின்னர் காய்ந்த தென்னை ஓலைகளும் பிற பொருட்களும் அவர்கள் மீது பெரும் உயரத்திற்குக் குவிக்கப்பட்டன. பின்னர் நெய் மேலே ஊற்றப்பட்டது. அடுத்து இரண்டு மூங்கில்கள் அவர்கள் மீது வைக்கப்பட்டு கீழ்நோக்கி பலமாக அழுத்திக் கொள்ளப்பட்டு பின்னர் சிதைக்குத் தீ மூட்டப்பட்டது. அது உடனே கொழுந்துவிட்டு எரியத் துவங்கியது. தீ வைக்கப்பட்ட உடனே கூடியிருந்தோர் பெரும் கூச்சல் போட்டனர். அந்த பயங்கரக் கூச்சலினால் அந்தப் பெண் முனகினாளா அல்லது வாய்விட்டுக் கதறினாளா என்பதைக் கேட்பது சாத்தியமற்றதாக இருந்தது. மேலிருந்த அந்த மூங்கில்கள் அவளை பலமாக அழுத்திக் கொண்டிருந்ததால் அவள் அசைவதோ தப்பிக்க முயல்வதோ சாத்தியம் அல்ல. மூங்கில்களை அழுத்திப் பிடிக்கும் முறையை நாங்கள் பலமாக ஆட்சேபித்தோம். நெருப்பு சுடும்போது அந்தப் பெண் எழுந்திருக்காமல் தடுப்பதற்காகவே இவ்வாறு மூங்கில்கள் அழுத்தப்படுவதாக நாங்கள் எதிர்த்தோம். ஆனால் சிதை சரிந்துவிடாமல் இருக்கவே அப்படிச் செய்வதாக அவர்கள் கூறினார்கள். மேலும் ஒருநொடிக் கூட அதைப் பார்க்க முடியாதவர்களாய் நாங்கள் அந்த இடத்தை விட்டு வெளியேறினோம். நாங்கள் கண்ட இந்த பயங்கரச் செயலினால் அதிர்ச்சி அடைந்து "இது அப்பட்டமான படுகொலை" என்று உரக்கக் கத்திக் கொண்டே சென்றோம்'.

நீங்கள் மேலே படித்தது, ஒரு பெண்ணை சம்மதிக்க வைத்து நிகழ்த்தப்பட்ட சதி, இது போலன்றி சம்மதிக்காத பெண்களை சிதையில் வீசி, அடித்துப் படுக்கவைத்த சதிகளும் நடந்தன. மக்கள் இவற்றை மத நம்பிக்கையோடு தொடர்புபடுத்திக் கொண்டதால் எந்த எதிர்ப்பும் சதிக்கு

ஐரோப்பியர் குறிப்பில் சதி

எழவில்லை. சதியில் இறக்கும் பெண் தன் கணவனோடு மூன்றரை கோடி ஆண்டுகளுக்கு சொர்க்கத்தில் வாழ்வாள் என்று நம்பப்பட்டது. இதே போல சொர்க்கத்தில் அரசருக்கு வேலையாட்கள் வேண்டும் என்று வேலைக்காரர்களை இறந்த அரசரோடு புதைக்கும் வழக்கம் சீனா, எகிப்து உள்ளிட்ட பல நாடுகளில் முன்னர் இருந்தது. சிந்துபாத்தின் கதைகளில் ஒன்றில் மனைவி இறக்கும் போது அவள் உடலுடன் கணவனையும் பிணக்குழிக்குள் போடும் வழக்கம் ஒரு பண்டைய நாட்டில் இருந்ததாக வருகிறது. இந்த உலகளாவிய படுகொலை வழக்கங்களில் இறுதிவரை நீடித்த வெகுசிலவற்றில் சதியும் ஒன்று.

இந்தியாவில் 2000 ஆண்டுகளுக்கும் மேலாக அனைத்து அங்கீகாரங்களோடும் இருந்த சதி அல்லது உடன்கட்டை ஏறுதல் என்ற வழக்கம் கி.பி.1829ஆம் ஆண்டில் சட்டத்திற்குப் புறம்பானதாக அறிவிக்கப்பட்டது. இந்த அறிவிப்பின் பின்புலமாக இருந்து செயல்பட்டவரே நாமறிந்த ராஜாராம் மோகன்ராய். பெண்களோடு தொடர்புடைய சதி வழக்கத்தை ஆணாகிய ராஜாராம் மோகன்ராய் ஏன் எதிர்த்தார்?

கி.பி.1811ஆம் ஆண்டில் ராயின் சகோதரர் ஒருவர் தனது இளவயதில் திடீர் மரணத்தைச் சந்தித்தார். அவரது உடல் எரிக்கப்பட்டபோது, கூடவே தனது இளவயது அண்ணியும்

வலுக்கட்டாயமாக உயிரோடு தீயில் வீசப்பட்டதை ராய் பார்த்தார். அந்தப் பெண்ணின் உடலைப் பற்றிய 'தீ'தான் ராயை சதிக்கு எதிராக மனம் புழுங்க வைத்தது. ராய் முன்னெடுத்த போராட்டங்கள், பிரசாரங்களின் விளைவாக சதிக்கு சட்ட ரீதியான தடையும் கிடைத்தது. இந்திய சட்டத்தின்படி கி.பி.1829ஆம் ஆண்டிலேயே சதி தடை செய்யப்பட்டாலும், நவீன இந்தியாவிலும் சதி வழக்கம் பல விதங்களில் தொடர்ந்தே வருகின்றது. கடந்த 1987ஆம் ஆண்டின் 'ரூப் கன்வர் வழக்கு'க்குப் பிறகு, சட்டத்திற்குத் தெரியாத வண்ணம் பல சதிகள் மறைக்கப்பட்டு வருகின்றன. அதனால் சதி என்ற வழக்கம் மறைந்து விட்டதைப் போன்ற மாயத் தோற்றமே நம் முன்பாக உண்டாக்கப்பட்டு உள்ளது. அது என்ன ரூப் கன்வர் வழக்கு? யார் அந்த ரூப் கன்வர்?.

இந்தியாவெங்கும் 2000 ஆண்டுகளாக உடன்கட்டை வழக்கம் இருந்தாலும், சட்டம் தடை போட்ட பிறகு தமிழகம் போன்ற பகுதிகளில் அவை பெருமளவு கட்டுப்பாட்டுக்குள் வந்துவிட்டன. ஆனால் உடன்கட்டையை கொண்டாடும் இந்திய மரபினர்களாக வங்காளிகள் மற்றும் ராஜபுத்திரர்கள் இன்றும் உள்ளனர். அவர்களே சதியை இன்றும் உயர்ந்த சமயச் சடங்காக, தங்கள் குலத்தின் பெருமையாகப் பார்க்கின்றனர்.

ஜெய்ப்பூரைச் சேர்ந்த ஒரு ராஜபுத்திரக் குடும்பத்தின் மருமகள் இந்த ரூப் கன்வர். 'ஜெய்பூரின் பேரழகி' என்று கொண்டாடப்பட்டவர் இவர். 1987ஆவது ஆண்டில் ஓர்நாள் ரூப்கன்வரின் கணவன் திடீரென இறந்துவிட அவனுக்குப் பாடை செய்யும் போதே ரூப் கன்வருக்கும் பாடை செய்து, அவரை மக்கள் மத்தியில் ஊர்வலமாகத் தூக்கிக் கொண்டு சுடுகாடு சென்றிருக்கிறார்கள் ஜெய்ப்பூர் ராஜபுத்திர குடும்பத்தினர். ரூப்கன்வரின் அழுகையையோ அரற்றலையோ அங்கிருந்த யாரும் ஒரு பொருட்டாகவே மதிக்கவில்லை.

சுடுகாட்டில் ரூப்கன்வரை இறக்கிய பிறகு, உறவினர்கள் 4 பேர்கள் அவரைப் பிடித்துக் கொள்ள, அவருக்கு மயக்க ஊசி போடப்படுகிறது. பின்னர் அவர் தனது கணவரின் சிதையில் வீசப்படுகிறார். சதி வெற்றிகரமாக நிறைவேற்றப்படுகிறது. அப்போது ரூப்கன்வருக்கு வயது 18.

மணக்கோலத்தில் கணவரோடு ரூப் கன்வர்

இது தொடர்பாக சமூக ஆர்வலர்கள் பலர் வழக்கு தொடுத்தனர். ஆனால் அந்த வழக்குகளில் தொடர்புடைய அனைவரும் 'குற்றம் நிரூபிக்கப்படவில்லை' என்ற அடிப்படையில் பின்னர் விடுதலை செய்யப்பட்டார்கள். பின்னர் ரூப்கன்வர் தீயில் வீசப்பட்ட இடத்தில் 'சதி மாதா ஆலயம்' கட்டப்பட்டு, இப்போதும் அங்கு வழிபாடுகள் நடந்து வருகின்றன. கடந்த 2016ஆம் ஆண்டில் கூட 'ஒரு ராஜஸ்தானத்து பெண்மணி உடன்கட்டை ஏறினார்' - என்ற செய்தி வந்து உள்ளது. ரூப்கன்வர் ஒரு காற்புள்ளிதான் முற்றுபுள்ளி அல்ல என்பதற்கு இது ஒரு உதாரணம்.

சதி வழக்கம் இன்றும் நடைமுறையில் இருப்பதற்கு மக்களின் பழமைவாத மனப்பான்மையே முக்கியக் காரணம். இன்றைக்கும் பல சமயவாதிகள் 'உடன்கட்டை ஏறும் பெண்கள் கணவன் மீதான அன்பால் அப்படிச் செய்கிறார்கள்' என்று சொல்கிறார்கள். அன்பினால் விளையும் காதலை ஏற்காத ஒரு சமூகம், படுகொலைக்கு அன்பை ஒரு முகமூடியாகக் காட்டுவதை அறிவுடையவர்கள் எப்படி ஏற்க முடியும்?. 2000 ஆண்டுகால இந்திய வரலாற்றில் கோடிக்கும் மேற்பட்ட மனைவிகள் கணவன்களுக்காக உடன்கட்டை ஏறிவிட்டார்கள். ஆனால் மனைவிக்காக சிதையில் பாய்ந்த கணவர்களோ பத்து இருபதைத் தாண்ட மாட்டார்கள். அன்பில் கூட ஆண்பால் பெண்பால் உண்டா என்ன?

இரா. மன்னர் மன்னன்

உண்மையில் கணவன் மீதான அன்பை விடவும் சமூகத்தின் அடக்குமுறையே உடன்கட்டை என்ற வழக்கத்தை ஏற்க பெண்களைத் தூண்டுவதாக இருந்து உள்ளது.

கணவனை இழந்த பெண்களின் முடிவு மூன்று விதங்களில் இருக்கும் என்று இலக்கியங்களும் மனுதர்மமும் கூறுகின்றன. முதல் வகை அவள் தன் கணவன் இறந்ததைக் கேட்ட உடனேயே உயிரை விட்டுவிடுவாள். இவளே பத்தினி என்று போற்றப்பட்டாள். இரண்டாவது வகை தன் கணவனின் சிதையில் அவளும் பாய்ந்துவிடுவாள் அல்லது உயரமான மலை அல்லது குன்றில் இருந்து குதித்து இறப்பாள். இந்த இரண்டு வழக்கங்களுமே சதியின் வகைகள்தான். இவள் யார் வாயிலும் அகப்படமாட்டாள். இவளுக்கும் பத்தினி என்ற அங்கீகாரம் வழங்கப்பட்டது.

இழப்பு அதிகம் என்றாலும் மனதைத் தேற்றிக் கொண்டு வாழ்வைத் தேர்ந்தெடுக்கும் பெண் இதில் மூன்றாம் வகை. அவளை இந்தச் சமூகம் பார்த்த பார்வைதான் அத்தனைக் கோரமானது.

தமிழகத்தின் மதிப்பிற்குரிய துறவிகளுள் ஒருவரான காஞ்சி மகா பெரியவர், தனது 'தெய்வத்தின் குரல்' நூலில் ஒரு மூத்த சமயவாதியாக, விதவைகள் குறித்து சாதாரணமாகக் கூறும் மென்மையான வார்த்தைகள் கூட இவர்கள் மீது வலிமையான கணைகளாகப் பாய்கின்றன. சில உதாரணங்கள் மட்டும்...

1. கொடூரமாக ஸ்திரீகளை சிதையிலே தள்ளிக் கொளுத்தினார்கள் என்று வைகிறார்கள். எங்கேயாவது யாராவது இம்மாதிரி கொடூரமும் பண்ணியிருக்கலாமோ என்னவோ? ஆனால் இது பொதுவிதி இல்லை. இஷ்டப்பட்டவர்கள் மட்டுந்தான் - பரம பதிவிரதைகளாக இருந்தவர்கள்தான் - புருஷன் போனபின் ஜீவனை வைத்துக் கொண்டு இருக்க முடியாமல் துடித்துத் தாங்களாகப் பிரியப்பட்டு உடன்கட்டை ஏறியிருக்கிறார்கள். (அப்போது கணவன் இறந்ததைக் கேட்ட பின்னர் உயிரோடு இருப்பவர்கள் பதிவிரதைகள் இல்லையா?. கண்ணகி, கோசலை - எல்லாம் யார்?)

2. அநேக பதிவிரதைகளுக்கு அவர்களுடைய பதி பக்தியினாலேயே சிதாக்னி சந்தனமாக இருந்திருக்கிறது. அவர்கள் கட்டியிருந்த புடவை அத்தனை அக்னியிலும் எரியாமல் இருக்கும். அதை எடுத்து வந்து பூஜை பண்ணுவதுண்டு. (தீயில் வீசப்பட்ட பெண் தீ சுடுகிறது என்றால் அவள் செத்தாலும் பத்தினி இல்லையா?)

3. இன்னும் உயர்ந்த கற்பரசியானால் பதியின் உயிர் போனவுடனேயே இவர்களது பிராணனும் தானாகப் போய்விடும். (கற்பில் என்ன உயர்வான கற்பு, தாழ்வான கற்பு?)

4. 'பதி போனபின் நாம் உயிரை வைத்துக் கொண்டிருக்க முடியாது' என்று நினைக்கும் உயர்ந்த உணர்ச்சி இன்றைக்கும் யாராவது லட்சத்தில், கோடியில் ஒரு ஸ்திரீக்கு இருக்கத்தான் செய்கிறது. அதனால்தான் எப்போதாவது வருஷத்துக்கு ஒருதரமாவது ஊரில் இப்படி ஒரு ஸ்த்ரீ உடன்கட்டை ஏறினாள், சட்டம் இடம் தராத போதிலும், பந்துக்கள் தடுத்த போதிலும் கேட்காமல் இப்படிப் பண்ணினாள் என்று பேப்பரில் பார்க்கிறோம். பழைய காலத்து உடன்கட்டைகளை விட இதுதான் ரொம்ப விசேஷம் என்று எனக்குத் தோன்றுவதுண்டு. (உடன்கட்டை உயர்ந்த உணர்ச்சியா?).

சமீபகாலத்தில் வாழ்ந்து மறைந்த, இளகிய மனம் கொண்ட ஒரு துறவியின் மனதில் இருந்து வந்த சிந்தனைகள் இவை எனும்போது, பண்டைய காலத்தில் விதவைகளின் நிலை என்னவாக இருந்திருக்கும் என்று நீங்களே ஊகித்துக் கொள்ளுங்கள்.

ஒரு பெண் தனது வாழ்க்கைத் துணைவனை இழப்பது என்பதே ஒரு மாபெரும் சோகம். அப்படியாக இழந்த பெண்ணிடம் போய், 'உன் கணவன் இறந்ததைக் கேட்ட பிறகும் உனக்கு உயிர் போகவில்லையா? உன் கற்பு அவ்வளவுதானா?' - என்று கேட்டால் அவள் என்ன செய்வாள்?. இப்படியான சூழலில்தான் பல பெண்கள் உடன்கட்டைக்கு உடன்பட்டனர்.

அப்படியும் கூட, குழந்தைகள், கடமைகள் போன்ற காரணங்களால் உடன்கட்டைக்கு உடன்படாத பெண்களை

இந்தச் சமூகம் படுத்திய பாடுகள் இருக்கின்றதே... அந்தப் பாடுகள்தான் 'விதவையாக வாழ்வதை விடவும் சுமங்கலியாக சாவதே மேல்' என்ற எண்ணத்தை இந்து சமூகத்தின் அனைத்துப் பெண்களிடத்திலும் ஏற்படுத்தியது. அதன் தாக்கம் சங்க இலக்கியங்களில் விரவி உள்ளன.

கணவனை இழந்த பெண்கள் சங்க இலக்கியங்களில் ஆளில் பெண்டிர், கழிகல மகளிர், பருத்திப் பெண்டிர், தொடிகழி பெண்டிர், படிவ மகளிர், உயவற் மகளிர் என்று பல தரக்குறைவான பெயர்களால் அழைக்கப்பட்டு உள்ளனர்.

இவர்கள் வாழ்வின் பொருட்டு மிகக் கடுமையான நோன்பை மேற்கொள்ள கட்டாயப்படுத்தப்பட்டனர். இது கைம்மை நோன்பு என்று அழைக்கப்பட்டது. இதன் படி கணவனை இழந்த பெண்கள் 5 விதிகளைக் கட்டாயம் பின்பற்ற வேண்டும்.

1. அணிகலன்களை அணியக் கூடாது. (இதனால் அழகு குறையும் என்று கருதப்பட்டது)

2. தலையை மொட்டை அடித்துவிட வேண்டும் (இதனால் முக்காடு வந்துவிடும், மலர் சூடுவது நின்றுவிடும்)

3. பத்திய உணவினையே உண்ண வேண்டும், அதனையும் குறிப்பிட்ட வேளைகளுக்கு மட்டுமே உண்ண வேண்டும். (உடல் சுணங்கும், உணர்ச்சிகள் மட்டுப்படும்)

4. பாய் கூடப் பயன்படுத்தக் கூடாது. (சிலர் தரையில் உறங்க அனுமதிக்கப்பட்டனர். சிலர் உடலைக் குத்தும் சிறிய பரளைக் கற்களில் தூங்க மட்டுமே அனுமதிக்கப்பட்டனர். - இது நல்லுறக்கத்தைக் கெடுக்கும்)

5. குறிப்பிட்ட ஒரு பணியை மட்டும் வாழ்நாள் எல்லாம் செய்தல். இதில் பருத்தி நூற்றல் பெரும்பாலானவர்களின் பணியாக இருந்தது. 'பருத்திப் பெண்டிர்' என்ற பெயர் இவர்களுக்கு இதனால் வந்தது. இது இவர்கள் சமூகத்தில் பொருளாதார ரீதியாக வளராமல் செய்தது).

மேற்கண்ட கட்டளைகளில் பல இவர்கள் மீது பிற ஆண்கள் ஆசைப்படக் கூடாது என்ற ஒற்றைக் காரணத்தினால்

*வந்தவை, பெண்மையை நேரடியாக இழிவு செய்பவை. இவற்றைத் தாங்க எந்தப் பெண்ணும் விரும்பவே மாட்டாள்.*

*கைம்மை நோன்பே உடன்கட்டை ஏறுவதற்குக் காரணம் என்பதற்கான பல சான்றுகள் நமது சங்க இலக்கியங்களிலேயே உள்ளன. பூதப் பாண்டியனின் மனைவியான பெருங்கோப் பெண்டு என்பவள் உடன்கட்டை ஏறும் முன்பாக பாடிய ஒரு சங்கப் பாடல் தமிழகத்தில் இன்றும் சிலாகிக்கப்படும் பாடல்களில் ஒன்று. அதில் ஒரு பெண்ணின் மனநிலை தெளிவாகவே காட்டப்பட்டுள்ளது. அப்பாடல்,*

**பல் சான்றீரே! பல் சான்றீரே!**
**‘செல்க’எனச் செல்லாது, ‘ஒழிக’ என விலக்கும்,**
**பொல்லாச் சூழ்ச்சிப் பல் சான்றீரே!**
**அணில்வரிக் கொடுங்காய் வாள் போழ்ந்திட்ட**
**காழ் போல் நல் விளர் நறு நெய் தீண்டாது**
**அடை இடைக் கிடைந்த கை பிழி பிண்டம்,**
**வெள் எள் சாந்தொடு, புளிப்பெய்து அட்ட**
**வேளை வெந்தை, வல்சி ஆக,**
**பரற்பெய் பள்ளிப்பாயின்று வதியும்**
**உயவற் பெண்டிரேம் அல்லேம் மாதோ,**
**பெருங்காட்டுப் பண்ணிய கருங்கோட்டு ஈமம்**
**நுமக்கு அரிதாகுக தில்ல, எமக்கு எம்**
**பெருந்தோட் கணவன் மாய்ந்தென, அரும்பு அற**
**வள் இதழ் அவிழ்த்த தாமரை**
**நள் இரும் பொய்கையும் தீயும் ஓரற்றே.**

*(பொருள்: கணவனுடன் நீயும் ‘செல்’ என்று சொல்லாமல், ‘போகாதே (ஒழிக)’ என்று சொல்லும் பொல்லாத சூழ்ச்சி செய்யும் சான்றோர்களே, கணவனை இழந்த பெண்கள் வெள்ளரிக்காய் விதைபோல விரைத்த, நெய்யில்லாத நீர்ச் சோற்றையும், எள்ளின் துவையலையும், புளி (மட்டும்) சேர்த்து சமைத்த வேளக்கீரையையும் மட்டுமே உண்ண வேண்டும், பாய்கூட இல்லாமல் பரளைக் கற்கள் உறுத்தும் தரையில் படுக்க வேண்டும். அது போல வாழும் விதவை நானல்ல. உங்களுக்கு வேண்டுமானால மரணப்படுக்கை கடினமாக இருக்கலாம். ஆனால் (இதனோடு ஒப்பிடும்போது) எனக்கு அப்படி இல்லை. என் கணவன் இறந்ததால் தாமரை பூத்த குளமும், சிதையும் எனக்கு இப்போது ஒன்றுதான்’.)*

இந்தப் பாடலுக்கு விளக்கம் எழுதிய பலரும் இதில் வரும் ‘பொல்லா சூழ்ச்சிப் பல்சான்றீரே’ - என்ற சொற்களுக்கு, பொல்லாத ஆய்வை உடைய சான்றோர், பொல்லாத துக்கத்தை உடைய சான்றோர் - என்றே அர்த்தம் எழுதி உள்ளனர். பொல்லாத சூழ்ச்சி செய்தவர்கள் - என்ற நேரடியான அர்த்தம் இதனால் வேண்டுமென்றே மறைக்கப்பட்டு உள்ளது. இதன் மூலம் பாடலின் முழு அர்த்தமும் திரிக்கப்பட்டு, இந்தப் பாடல் உடன்கட்டையை சிறப்பிப்பது என்றும் கூறப்பட்டு வருகின்றது.

உண்மையில் ‘விதவைகள் இப்படித்தான் வாழ வேண்டும் என்று சூழ்ச்சி செய்து விதிகளை ஏற்கனவே வகுத்துவிட்டு, என்னை இப்போது விதவையாக வாழச் சொல்கிறீர்களே’ - என்றே அரசி இங்கே கேள்வி கேட்கிறாள். மேலும் ‘சான்றோர்களே...’ என்று அவள் எள்ளலாகவே அழைக்கிறாள். இதனையும் உரையாசிரியர்கள் மறைக்கிறார்கள்.

சங்க இலக்கியங்கள் காட்டும் இந்தச் ‘சான்றோர்கள்’ இன்னும் பல சூழ்ச்சிகளை தமிழகத்தில் செய்து உள்ளனர். அதனால் இவர்களை மற்றொரு சங்ககாலப் புலவர் ‘பயனில்லாமல் வாழ்ந்து வயதைக் கடந்த சான்றோர்களே’ என்று அழைத்துள்ளார். அவரை இந்தச் சான்றோர்கள் பதிலுக்கு ‘நரிவெரூத் தலையார்’ (நரிகளும் கண்டு அஞ்சும் தலையை உடையவர்) என்று பெயரிட்டனர். அவரது பெயர் இப்போதும் நமது பாட நூல்களில் அப்படியே உள்ளது (பின்னர் இது குறித்து பல புனைகதைகள் உருவாகின.)

இந்தக் கொடுங்கோல் சான்றோர்கள் அன்றைய தமிழகத்தின் ஆதிக்கச் சக்தியாக இருந்தவர்கள் என்பதையே இந்த உதாரணங்கள் காட்டுகின்றன. இவர்கள் உடன்கட்டையைத் தவிரவும் தமிழகத்தின் வேறு பல சீரழிவுகளுக்கும் காரணமாக இருந்து உள்ளனர். அது வேறு ஆய்வு.

ஒரு பெண்ணின் கணவன் இறந்து விட்டால் அவள் தனித்து வாழ்வதோ, மறுமணம் செய்வதோ அவளது விருப்பம். அதில் சான்றோர்கள் தலையிட என்ன இருக்கின்றது?. அவளுக்குக் கட்டளைகள் போட, கொல்ல, வதைக்க இவர்கள் யார்?.

ராஜாராம் மோகன்ராய் உடன்கட்டையை ஒழித்த போதும் 'சான்றோர்கள்' வகுத்த கொடிய கைம்மை வழக்கங்களில் பல இன்றும் பல இடங்களில் உள்ளன. பூ வைக்கக் கூடாது, பொட்டு வைக்கக் கூடாது, விழாக்களுக்குப் போகக் கூடாது - போன்ற பல வழக்கங்களை நாகரிகத்தில் மேம்பட்ட மக்களே பின்பற்றுகின்றனர். இவை உள்ளபோது பெண்கள் உடன்கட்டையைத் தேர்ந்தெடுப்பதை நாம் முற்றிலும் தடுத்துவிட முடியாது. எரிவதைப் பிடுங்காமல் கொதிப்பதை நிறுத்த முடியாது.

உத்திரப் பிரதேச அரசின் 'பெண்கள் மற்றும் குழந்தைகள் மேம்பாட்டுத்துறை அமைச்சகம்' கடந்த 2006ஆம் ஆண்டில் 'விருந்தாவன் விதவைகள் காப்பகம்' என்ற ஒன்றை ஆரம்பித்தது. இதனை நிர்வகிக்கும் பொறுப்பு 'அகில பாரதிய மாசாரதா சமாஜ் கல்யாண் சமிதி' என்ற அமைப்பிடம் ஒப்படைக்கப்பட்டது. உத்திரப்பிரதேசத்தின் பல பகுதிகளில் இருந்து ஆதரவற்ற விதவைகள் இங்கு சேர்க்கப்பட்டனர். அவர்களில் சிலர் வயோதிகம் மற்றும் நோய்களால் இறந்த போது 'விதவைகளை அடக்கம் செய்ய மாட்டோம்' என்று அந்த அமைப்பு மறுத்துவிட்டது. அதனால் அந்த விதவைகளின் உடல்கள் குப்பை அள்ளுவோரிடம் கொடுக்கப்பட்டன. அவர்கள் சாலை விபத்தில் இறந்த விலங்குகளை அப்புறப்படுத்துவது போல அந்த உடல்களை வெட்டி, சாக்குகளில் திணித்து அப்புறப்படுத்தினார்கள். இன்றும் விதவைகள் பற்றிய கீழான எண்ணங்கள் புரையோடிப் புழுத்த ஒரு சமூகமாக இந்திய சமூகம் இருக்கின்றது என்பதற்கு இது இன்னொரு ஆதாரம்.

இந்தியாவில் கணவனை இழந்த பல பெண்களுக்கு மறுமணம் என்ற வாய்ப்பு இன்றும் வழங்கப்படுவதே இல்லை. இத்தனைக்கும் அது ஒன்றும் அதி நவீன கருத்து இல்லை. 2000 ஆண்டுகளுக்கு முற்பட்ட, வரலாற்று ஆய்வாளர்களால் மனுதர்மத்திற்கு மூத்தது என்று கருதப்படும் அர்த்த சாஸ்திரம் விதவைகள் மறுமணத்திற்கு அனுமதி அளித்து உள்ளது இங்கு குறிப்பிடத்தக்கது. அசோகரின் வாரிசுகள் அழிக்கப்பட்ட பிறகு அர்த்த சாஸ்திரம் மவுரியர்களின் ஆட்சியில் பெற்றிருந்த செல்வாக்கை மனுதர்மம் தனதாக்கியதே உடன்கட்டைகள் பெருகவும், மறுமண முறை அழியவும் காரணமாக இருந்தது.

மஹாராஜாவின் 15 மனைவிகள் தீயில் இறங்கியதற்கான சதிக்கல்

மனுதர்மம் விதவை மறுமணத்தை விபச்சாரத்தோடு ஒப்பிட்டது.

ஆனால் சொத்து உரிமையைப் பற்றிப் பேசும் இடத்தில் அதே மனுதர்மம், '(செல்வத்திற்கு உரியவரான) கணவன் புத்திரனில்லாமல் இறந்து போனால் மனையாள் கணவனின் தோத்திரமுள்ள ஒரு புருஷனிடத்தில் விதிப்படி புத்திரனைப் பெற்றுக் கொண்டு, அப்புத்திரனுக்குக் கணவன் சம்பாதித்த பொருளைக் கொடுத்துவிட வேண்டியது (மனு: 9:190)' - என்றும் சொல்கிறது. இந்தக் கேவலத்தை மதச் சடங்கு என்று ஏற்பவர்கள், உடன்கட்டை என்ற கோரத்தையும் நியாயப்படுத்தி ஏற்பது எப்படி சரியாகும்?.

இன்றைய சமூகத்திற்கு உடன்கட்டை குறித்த உண்மைகளைக் கூறுவது, பெண்ணடிமைத்தனம் ஒழிய பெரிதும் உதவி செய்யும். அதன் முதல் படியாக பாட நூல்களில் 'உடன்கட்டை ஏறுதல்' என்பது நீக்கப்பட்டு, 'உடன்கட்டை ஏற்றப்படுதல்' அல்லது 'உடன்கட்டை ஏற்றுதல்' என்பது மாற்றுச் சொல்லாக பயன்படுத்தப்பட வேண்டும். அப்போதுதான் 'பெண்களை உடன்கட்டை ஏற்றியது யார்?' - என்ற கேள்வி மாணவர்கள் மனதில் தாமாகத் தோன்றும், 'பெண்கள் சமூகக் கட்டுப்பாடுகளால் உடன்கட்டை ஏறினர்' என்ற உண்மையும் அவர்களுக்கு விளங்கும். இந்தச் சிறிய

வார்த்தை வேறுபாடு பல அர்த்தமுள்ள விளைவுகளை ஏற்படுத்தும்.

'தாழ்ந்தவர்' என்று ஒருவரைச் சொல்வதற்கும் 'தாழ்த்தப்பட்டவர்' என்று ஒருவரைச் சொல்வதற்கும் வேறுபாடு உள்ளது அல்லவா?, அதே போன்ற வேறுபாடு இந்த மாற்றத்தின் மூலமும் உணரவைக்கப்பட வேண்டும். பாவங்களுக்கு எதற்குப் புனிதப் போர்வை?

# 5
# சிகப்பழகும் கட்டுடலும்

இன்று தமிழகத்தின் பெண்கள் ஆண்கள் அனைவரது கருத்திலும் பதிந்துவிட்ட இரண்டு வார்த்தைகள்

1. சிகப்பழகு

2. கட்டுடல்

உபயம் வழக்கம் போல ஐரோப்பாதான். ஐரோப்பியர்கள் அறிவியலிலும் அறிவு வளர்ச்சியிலும் எவ்வளவுக்கு எவ்வளவு முன்னேறியவர்களோ அதே அளவுக்கு உணவுப் பழக்கங்களிலும் அழகுக் கோட்பாடுகளிலும் பின்தங்கியவர்கள். அவர்களை எதில் பின்பற்ற வேண்டுமோ அதை விட்டுவிட்டு, எதில் பின்பற்றக் கூடாதோ அதை நாம் இறுக்கமாகப் பற்றிக் கொண்டு இருக்கிறோம். சிகப்பாக இருப்பதுதான் அழகு, கட்டுடலே ஆண் தன்மையின் வெளிப்பாடு - என்ற இந்த இரண்டு ஐரோப்பிய கருத்தாக்கங்களும் மனித இனத்தை எதை நோக்கி இழுத்துச் செல்கின்றது என்பதை அறிந்தவர்கள் எந்த நாட்டவராக இருந்தாலும் இவற்றை ஆதரிக்க மாட்டார்கள்.

முதலில் சிகப்பழகைப் பற்றிப் பார்ப்போம்

அழகு என்பதற்கும் நிறத்திற்கும் எந்தத் தொடர்பும் கிடையாது. சிகப்பு அல்லி மலர் ஒரு அழகு என்றால் கரும் குவளை மலரும் ஒரு அழகு. இவற்றை ஒன்றுடன் ஒன்று ஒப்பிடுவதே தவறானது. மலரையே நிறங்களைக் கொண்டு மதிப்பிடக் கூடாது எனும்போது மனிதர்களை? மகாகவி பாரதியாரின் 'வெள்ளை நிறத்தொரு பூனை' கவிதை ஒரு பூனைக்குப் பிறந்த குட்டிகள் பல நிறங்களில் இருந்தாலும், அவற்றுக்கு இடையில் வேற்றுமை இல்லை. மனிதர்களில் ஏன் வேற்றுமை? - என்ற கருத்தை சமூகத்திற்கு வெளிப்படுத்தியது. அது இன்னும் சென்று சேரவில்லை என்பதே சோகம்.

மனிதர்களைப் பொருத்தவரையில் அவர்களது நிறங்கள் அவர்கள் வாழும் பகுதிகளைப் பொருத்து வேறுபடுகின்றன. பூமியின் வெப்பப் பகுதிகளைச் சேர்ந்தவர்கள் கருப்பாகவும், குளிர் பகுதிகளைச் சேர்ந்தவர்கள் வெண்மையாகவும் உள்ளனர். கரடிகளும் புலிகளும் கூட அப்படியே. மனிதர்களின் நிறத்தை மெலனின் என்ற சுரப்பிதான் தீர்மானிக்கின்றது. இந்தச் சுரப்பி அதிகம் சுரக்கக் கூடிய நபர்கள் கருமையாகவும் குறைவாக சுரப்பவர்கள் வெண்மையாகவும் உள்ளனர். உடல் குறைபாட்டால் சிலருக்கு இந்தச் சுரப்பி சுரக்கவே செய்யாது. அவர்களது உடல் முழுதும் வெண்மையாக மாறிவிடும் இந்தக் குறைபாட்டை 'அல்பினோ' என்று அழைக்கின்றனர். அல்பினோ வந்த ஆப்ரிக்கர் ஒரு ஐரோப்பியரை விடவும் வெண்மையாக இருப்பார். விலங்குகளுக்கும் இந்தக் குறைபாடு வருவதுண்டு.

வெப்ப மண்டலத்தைச் சேர்ந்த தமிழகத்தின் பூர்வகுடிகள் கருப்பு நிறம் கொண்டவர்களாகவே இருக்க முடியும். அந்த அடிப்படையில் தமிழர்களின் நிறம் கருப்புதான். அதுவே தமிழகத்தின் வெப்பநிலைக்கு அன்றும் இன்றும் என்றும் ஏற்றது. ஆனால் 'சிகப்பாக இருப்பதுதான் அழகு' என்ற சிந்தனை தமிழர்களைத் தங்களுக்குக் கொஞ்சமும் பொருந்தாத வெள்ளை நிறத்தின் பக்கம் ஈர்க்கின்றது. எப்போது தோன்றியது இந்த சிந்தனை?.

தமிழகத்தில் காணக் கிடைக்காத நிறம் என்ற அளவில் வெள்ளைத் தோல் மீதான ஈர்ப்பு தமிழகத்தில் எப்போதும் இருக்கவே செய்தது. 'வெள்ளைக் காக்கா பறக்குது பார்'

இரா. மன்னர் மன்னன்

என்றால் நாம் திரும்பிப் பார்ப்பது போல. பின்னர் வெள்ளைத் தோல் அழகு என்ற எண்ணம் இடைக்காலத்தில் மெல்ல வலுப்பெற ஆரம்பித்தது. அப்போது கடவுள்களே நிறமாற்றம் செய்யப்பட்டார்கள். உதாரணமாக ஆரம்பகாலத்தில் கருநிறக் கடவுளாக கருதப்பட்ட சரஸ்வதி இடைக்காலத்தில் ஒரேயடியாக உஜாலாவுக்கு மாற்றப்பட்டார்.

வேறு மாநிலத்தைச் சேர்ந்த தாய்க்கும் சோழர் குல அரசனுக்கும் பிறந்த இளவரசன் வெள்ளையாக இருந்த காரணத்தால் அவன் சுந்தர சோழன் என்று அழைக்கப்பட்டதும், தமிழகம் வந்த இசுலாமியர்கள் இங்கு 'நிலவு போன்ற முகம் உடையவர்கள்' என்ற பொருளில் முகமதியர்கள் என்று அழைக்கப்பட்டதும் வரலாற்றில் உண்டு. ஆனால் வெள்ளை நிறம் கருப்பை விடவும் உயர்வானது என்ற கருத்தாக்கம் தமிழகத்தில் இல்லை. 'தோலைப் பார்த்து மாடு பிடித்தால் தொழிலுக்காகாது' என்பதைத் தமிழர்கள் நன்றாகவே அறிந்திருந்தனர். இந்தியாவில் அனைத்து ஜாதியிலும் அனைத்து நிறத்தவரும் கலந்துவிட்டதால் நிற அடிப்படை பிரிவினைவாதம் வேரூன்றவில்லை.

ஐரோப்பியர்களின் அடிப்படையே வேறு. அங்கு உயர்வு தாழ்வு நிறத்தோடு நேரடியாக சம்பந்தப்பட்டு இருந்தது. ஆப்ரிக்க அடிமைகளைக் கொண்டு தங்கள் வளங்களைப் பெருக்கிய ஐரோப்பியர்கள் அந்த மனிதர்களைக் கால்நடைகளை விடவும் கேவலமாக நடத்திய வரலாற்றுக்குச் சொந்தக்காரர்கள். இந்தப் பின்புலத்தால் ஐரோப்பியர்கள் வெண்மையை உயர்வானதாகவும் நன்மையின் சின்னமாகவும், கருமையை தாழ்வானதாகவும் தீமையின் சின்னமாகவும் கருதினார்கள். துக்கத்திற்கு கருப்புக்கொடி சமாதானத்திற்கு வெள்ளைக்கொடி என்பதெல்லாம் அவர்களின் சிந்தனைதான்.

ஐரோப்பிய அறிவோடு அதன் எண்ணங்களையும் கடன் வாங்கியதன் பலனாகவே நமது தமிழக மக்கள் தங்கள் நிறம் பற்றிய தாழ்வு மனப்பான்மையைக் கொண்டார்கள். விளம்பரயுகம் அந்தத் தாழ்வு மனப்பான்மயை இன்னும் தூண்டி அவர்களைத் தங்கள் வாடிக்கையாளர்களாக்கிக் கொண்டது. 'சிகப்பான, அழகான மணமகள் தேவை' என்று

ஆரம்பித்து 'சிகப்பழகான மணமகள் தேவை' - என்பதில் நமது சீரழிவு இப்போது நின்று கொண்டிருக்கின்றது.

சிகப்பழகு - பற்றி நாம் அறிந்து கொள்ள வேண்டிய சில அடிப்படை செய்திகள்:

1. வெண்மை என்பது ஒரு நிறம் அதற்கும் அழகுக்கும் சம்பந்தமில்லை

2. பிறக்கும் போது ஒரு குழந்தை என்ன நிறத்தில் பிறக்கின்றதோ அதைவிட வெள்ளையாக அதனை எந்த கிரீமாலும் மாற்ற முடியாது என்பது அறிவியலால் நிரூபிக்கப்பட்ட உண்மை.

3. அழகுக் கிரீம்கள் மெலனினைக் கட்டுப்படுத்தி முகத்தை வெள்ளையாக்க முயற்சிகள் செய்தால் அது பல தோல்நோய்களுக்கே வழி வகுக்கும்.

4. நீங்கள் அடைய முடியாத இலக்கை உங்கள் முன்பாக வைக்கும் சிகப்பழகுக் கிரீம்கள், உங்களை ஒரு மன நோயாளியாக மாற்றிக் கொண்டு இருக்கின்றன.

5. அழகின் நிறம் இது என்று யாரும் சொன்னது இல்லை. கருப்பழகு, மாநிற அழகு எதுவும் சிகப்பழகுக்குக் குறைவானதும் இல்லை. ஆனால் ஆரோக்கியம் என்று வந்துவிட்டால் கருப்புத்தோல் மக்கள் முன்பு வெள்ளைத்தோல் மக்கள் போட்டி போட முடியாது. கருப்புத்தோலில் மெலனின் என்ற பாதுகாப்பு கூடுதலாக உள்ளதே காரணம். எனவே ஆரோக்கியத்தின் நிறம் கட்டாயம் கருப்புதான்.

6. சிகப்பழகு கிரீம்களை விற்கும் நிறுவனங்களால் வெள்ளையர்கள் நிறைந்த அமெரிக்க, ஐரோப்பிய நாடுகளிலும் சிகப்பழகுக் கிரீம்களை விற்க முடியாது, கருப்பின மக்களின் ஆப்ரிக்காவிலும் சிகப்பழகுக் கிரீம்களை விற்க முடியாது என்ற நிலையில், அவர்கள் மாநிற மக்கள் வாழும் ஆசிய நாடுகளை ஏமாற்றிப் பிழைக்கின்றனர். இவர்களின் விளம்பரங்கள் பெரும்பாலும் அறிவியலுக்குப் புறம்பானவை.

7. தோல் நிறத்துக்கும் தன்னம்பிக்கைக்கும் சம்பந்தமே இல்லை.

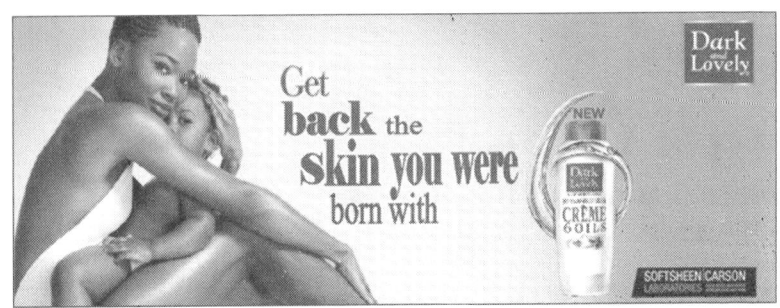

பிளாக் அண்டு லவ்லி விளம்பரம்

8. அழகுக் கிரீமுக்கு ஆப்ரிக்காவிலும் சந்தை உண்டு!. அங்கு அவர்கள் விற்கும் கிரீமின் பெயர் 'டார்க் அண்டு லவ்லி'!. அங்கெல்லாம் சிகப்பழகு என்ற பேச்சே இல்லை. சந்தைக்கு ஏற்ற வியாபார தந்திரம்!. இந்தத் தந்திரத்திற்கு பலியாகலாமா?

அடுத்து நாம் பார்க்க வேண்டியது கட்டுடலைப் பற்றி.

உடலைக் கட்டுக் கோப்பாக வைத்துக் கொள்ள வேண்டும் என்ற சிந்தனை எப்போதும் நல்லதுதான். ஆனால் பல படிக்கட்டுகளோடு கூடிய உடலை சில மாதங்களில் பெற வேண்டும் என்ற குறுக்குப் புத்தியே தவறானது. இதில் ஆண்கள் பெண்கள் இருவரும் அறிய வேண்டிய செய்திகள் பல உள்ளன.

ஆண்கள் உடலின் வடிவத்துக்காக ஸ்டிராய்டுகளைப் பயன்படுத்தி உடலின் அமைப்பை மாற்றி, பின்னர் தோல் கிழிதல், உடல் பெருக்கம், நரம்புத் தளர்ச்சி, சதை தொங்குவது போன்ற பக்க விளைவுகளால் அவதிப்பட்டு தங்கள் வாழ்வைத் தாங்களே அழித்துக் கொள்கின்றனர்.

அதிலும் 'சிக்ஸ் பேக்' மோகம் மிகவும் மோசம். இதிலும் 8 பேக், 10 பேக் என்று இன்னும் படிகளை அதிகரிக்க ஆசைப்படுபவர்கள் உண்டு. இப்படியான கற்பனைகளில் உள்ள ஆண்கள் அனைவரும் தெரிந்து கொள்ள வேண்டிய ஒரு அடிப்படை செய்தி, உடற்பயிற்சி செய்யும் போது உருவாக வேண்டியது 6 பேக்கா 8 பேக்கா என்பதை நீங்கள் முடிவு செய்ய முடியாது என்பதுதான்!. வயிற்றின் அமைப்பு 5 பேக் என்றால் 5 தான் உருவாகும்!. அதை உடற்பயிற்சி மூலம்

போலியான கட்டுடலும் பெருத்த வயிறுகளும்

போலியான தோள்கள்

மாற்றுவது ஏறத்தாழ இயலவே இயலாதது. இந்த அடிப்படை கூட தெரியாமல் கனவு காணும் பலர் உழைப்பை வீணாக்கி துயரத்தையும் ஏற்படுத்திக் கொள்கிறார்கள்.

மேலும் 6 பேக் உடல் நலத்திற்கு எதிரானதும் கூட!. ஒப்பிட்டுப் பார்த்தால் 6 பேக்கை விட, சிறிய தொப்பைதான் நல்லது!. அது அதிகரிக்காமல் பார்த்துக் கொண்டால் போதும், உடல்நலக் குறைவு ஏற்பட்டு சாப்பிட முடியாமல் போனால் சிறிய தொப்பையில் உள்ள கொழுப்பும் நீரும் உங்களைக் காப்பாற்றும், 6 பேக் காப்பாற்றாது.

நமது உடலில் உள்ள விட்டமின்களில் 2 வகைகள் உள்ளன. முதலாவது கொழுப்பில் கரையக் கூடியவை, இரண்டாவது நீரில் கரையக் கூடியவை. விட்டமின் ஏ, விட்டமின் டி மற்றும் விட்டமின் கே ஆகியவை கொழுப்பில் கரையக் கூடியவை. கொழுப்பு குறைக்கப்படும் போது இவை உடலுக்குக் கிடைக்காமல் போகின்றன. விளைவு -

வெளியே உறுதியாகத் தெரியும் 6 பேக் ஆண்கள் எலும்புகள், பற்கள் ஆகியவற்றில் வலிமை இல்லாதவர்களாகவும். நரம்பு தொடர்பான நோய்களுக்கு எளிதில் இலக்காகக் கூடியவர்களாகவும் ஆகிறார்கள். ஆண் தன்மைக்கான ஹார்மோனான டெஸ்டோஸ்ட்ரானின் உற்பத்தியும் இவர்களுக்கு பாதிப்பிற்குள்ளாகிறது. ஆண்மைத் தன்மையும் பறிபோகின்றது!.

தவிர ஒரு மனித உடலில் குறைந்தது 20 சதவீதமாவது கொழுப்பு கட்டாயம் இருக்க வேண்டும். 6 பேக் வர வேண்டுமென்றால் உடலில் கொழுப்பே இருக்கக் கூடாது!. இதனால் உடற்பயிற்சி செய்பவர்கள் கொழுப்பை 5 சதவீதத்திற்கும் கீழே உணவுக் கட்டுப்பாட்டின் மூலம் கொண்டு வருகிறார்கள். நமது உடலின் வெப்பத்தைக் கட்டுப்பாட்டில் வைத்திருப்பது கொழுப்புதான். கொழுப்பினால் மட்டுமே குளிரைத் தாங்க முடியும். கொழுப்பு இழக்கப்படும்போது வெப்பக் கட்டுப்பாடும் இழக்கப்படுகிறது. ஊட்டச்சத்து கிடைக்காத உடலுக்கு இப்போது உரிய குளிர்ச்சியும் இல்லை.

கொழுப்பை அடுத்து நீருக்கும் ஆப்பு வைக்கிறது சிக்ஸ்பேக் மோகம். உடற்பயிற்சி செய்பவரின் வயிற்றில் 6 பேக் வெளியே தெரிய வேண்டுமென்றால் அவரது வயிற்றின் தசையோடு தோல் நன்றாக ஒட்டி இருக்க வேண்டும். உடற்பயிற்சி செய்பவர்கள் தண்ணீரைக் குடித்தால் அது தசைக்கும் தோலுக்கும் நடுவில் இடைவெளி ஏற்படுத்தி 6 பேக்கை தெரியாமல் செய்துவிடும். இதனால் மேடையேறும் போது இவர்கள் தண்ணீருக்கும் நோ சொல்லிவிடுகிறார்கள். ஒரு நாளைக்கு சாதாரண மனிதர்களே 3 லிட்டர் தண்ணீர் குடிக்க வேண்டும் என்ற நிலையில், உடற்பயிற்சியால் வெப்பம் அதிகரித்த இவர்கள் ஒரு சொட்டு நீரைக்கூட குடிக்காமல் இருந்தே மேடை ஏறுகிறார்கள். இதனால் உடலில் எந்த விட்டமின்களும் கரைய வாய்ப்பில்லாமல் போகின்றது. இவற்றால் வெப்பம் அதிகமாகி மேடை ஏறிய அடுத்தநாள் மலத்தில் ரத்தத்தை வெளியேற்றும் நிகழ்வு உடற்பயிற்சி வீரர்களின் வாழ்வில் வழக்கமான ஒன்றாகிவிடுகிறது!.

பெண்கள் இதில் இன்னும் ஒரு படி மேலே போய்விட்டார்கள். பெண்கள் ஒல்லியாக இருப்பதே கட்டுடல்

என்று எண்ணுவதால் ஏற்படும் இழப்பு அவர்களுக்கு மட்டுமின்றி, மனித சமுதாயத்திற்கே பேரிழப்பாக முடிகின்றது.

'24 இஞ்ச்சில் இடுப்பு இருப்பதுதான் அழகு, அதற்கு சைஸ் ஜீரோ என்று பெயர்' - என்பது சமீபத்தில் இந்தியாவை உலுக்கிய ஐரோப்பிய சிந்தனை. இதனால் நமது தமிழகப் பெண்களில் சிலர் இளையோ இளையென இளைத்துப் போகிறார்கள். அவர்களின் முகப்பொலிவு இழக்கப்படுவதோடு, அவர்கள் பலகீனமானவர்களாகவும் ஆகிறார்கள். சிலர் தினம்தோறும் சரியாக உணவு எடுக்காமல் இளைத்ததன் பலனைத் தங்கள் நடுத்தர வயதுகளில் அதிகமாகவே அனுபவிக்கிறார்கள். சைஸ் ஜீரோவுக்கான முயற்சிகளில் உயிரிழந்தவர்களும், கிட்னி செயலிழந்தவர்களும் உலகம் முழுவதும் அதிகம். இதனால் பல ஐரோப்பிய நாடுகள் சைஸ் ஜீரோ என்ற கருத்துக்கே தடை விதித்து உள்ளார்கள்!. சைஸ் ஜீரோ மாடல்களின் புகைப்படங்களை அட்டைப்படங்களாக வெளியிட பலநாடுகளில் நிரந்தரமாகத் தடையே உள்ளது!.

இந்த விஷயத்தில், கொடி இடை என்ற பண்டைய தமிழகக் கருத்தாக்கம் கூட முழுவதும் ஏற்புடையது அல்ல. அது ஒருவேளை பார்வைக்கு அழகாகத் தோன்றினாலும் ஆரோக்கியமானது அல்ல. ஏனென்றால் மருத்துவ அறிவியல் பெண்கள் அகலமான இடுப்பைக் கொண்டுள்ளபோது பிரசவம் எளிதாக இருக்கும், குழந்தை எளிதாக வெளியேறும் என்கிறது!. நாம் அழகு என்பதைத் தாய்மைக்கு எதிராகத் திருப்பினால் எப்படி? இன்னும் சில தாய்மார்கள் அழகுக்காக குழந்தைகளுக்கு தாய்ப்பாலைத் தவிர்ப்பதையும் நாம் பார்க்கிறோம். இதெல்லாம் ஒட்டுமொத்த மனித குலத்தின் பரிணாம வளர்ச்சியையே பாதிக்கக் கூடியவை!.

வசதியானவர்கள் அதிகம் உள்ள, கண்டதையும் சாப்பிடும் வழக்கம் உள்ள அமெரிக்க நாடுகளில் ஒல்லியான பெண்களைக் காண்பது அரிது. 2010ஆம் ஆண்டின் கணக்கெடுப்பின்படி 5.4 அடி உயரம் உள்ள அமெரிக்கப் பெண்கள் கூட சராசரியாக 75 கிலோ எடையோடு இருந்தனர். 5.4 என்பது அங்கு மிகக் குறைவான உயரம். இடுப்பளவு பெரும்பாலும் 35 இன்ச்!.

‘அரியது எதுவோ அதுவே அழகாகப் போற்றப்படும்’ - என்பது அமெரிக்க நியதி. அதுவே இடுப்பளவு விவகாரத்திலும் நடந்தது. ஒல்லியான பெண்களே அழகானவர்கள் என்ற கருத்தாக்கம் இப்படியாகவே அங்கு தோன்றியது. இதன் அர்த்தம் குண்டான பெண்கள் அழகற்றவர்கள் என்பது அல்ல!.

சைஸ் ஜீரோ

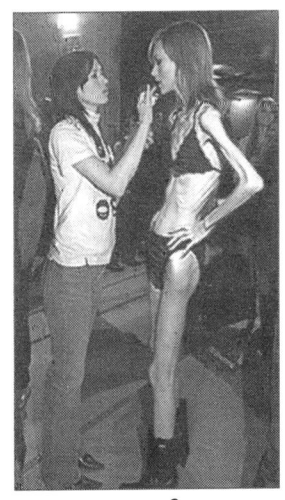

ஆரோக்கியமான நபரின் உயரத்திற்கும் எடைக்கும் உள்ள தொடர்பை இந்த அழகு குறித்த எண்ணங்கள் சிதைக்கின்றன. உயரத்திற்கும் உடல் அமைப்பிற்கும் தேவையான எடை இல்லாத பெண்கள், தங்களை வலிமைப்படுத்திக் கொள்ள வேண்டிய வளரிளம் பருவத்தில் பட்டினி கிடக்கிறார்கள்!. சில ஐரோப்பிய பெண்கள் சைஸ் ஜீரோ உடலைப் பெற செய்த சாகசங்களைப் பற்றிக்கேட்டால் நமக்கு உடல் வியர்த்துவிடும். ஆசைக்காக தோன்றியதை எல்லாம் சாப்பிட்டுவிட்டு அது செரிக்கும் முன்பே வாய்க்குள் கையை விட்டு வாந்தி எடுப்பது என்பது ஒரு சின்ன எடுத்துக்காட்டு!.

இப்படி எல்லாம் உடல் எடையைக் கட்டுப்படுத்தும் பெண்களுக்கு மாதவிலக்கு பிரச்னை அடிப்படையில் ஏற்படுகிறது. பின்னர் ஹார்மோன்களில் சிக்கல்கள் ஏற்படுகின்றன. இவை தவிர முடி உதிர்வு, தோல் வறட்சி - போன்ற கிளைச் சிக்கல்களும் உண்டு. உடலுக்கு சரியான ஊட்டச் சத்து போய்ச் சேராததால் மனநிலை பாதிப்பும் அவர்களுக்கு இயல்பாகவே ஏற்படுகிறது. பல விளம்பர மாடல்கள் கோபக்காரிகள் என்று பெயர் எடுப்பதும், சொந்த வாழ்வில் தோல்விகளைச் சந்திப்பதும் இதனால்தான்.

யாரோ சொன்ன வரையறைகளுக்காக இருக்கும் வாழ்வை அழித்துக் கொள்வதா? சிந்தித்துப் பாருங்கள். அழகு என்பது ஆரோக்கியத்தின் இணைச்சொல்லே அன்றி எதிர்ச்சொல் அல்ல!.

# 6

# கிளியோபாட்ரா எனப்படும் கருப்பழகி

'கிளியோபாட்ரா' - இந்தப் பெயரைக் கேட்டவுடன் நம் அனைவருக்கும் உடனே நினைவுக்கு வரும் இரண்டு விஷயங்கள்.

1. கருப்பு அழகி.

2. அழகுக்காக கழுதைப் பாலில் குளித்தவள்.

இது இரண்டைத் தவிர கிளியோபாட்ரா பற்றி நாம் அறிந்த செய்திகள் மிகச் சொற்பம். வில்லியம் சேக்ஸ்பியரின் வரிகளில் வர்ணிக்கப்பட்ட கிளியோபாட்ராதான் நாம் அதிகம் அறிந்த கிளியோபாட்ரா. ஆனால் இவள் வரலாற்றில் வாழ்ந்த உண்மையான கிளியோபாட்ராவுக்கு பிற்கால சமூகம் அணிவித்த ஒரு முகமூடி மட்டுமே என்பதுதான் உண்மை. ஒரு நபரை விஷம் கொடுத்துதான் கொல்ல வேண்டுமென்ற அவசியம் இல்லை. வெல்லம் கொடுத்தும் கொல்லலாம். கிளியோபாட்ராவின் உண்மையான புகழ் அவளது அறிவும் ஆளுமையுமே ஆகும். அவை 'அழகு' என்ற வெல்லத்தை அதிகம் திணித்துக் கொல்லப்பட்டன.

எகிப்தின் அரசியான கிளியோபாட்ரா எகிப்திய மரபைச் சேர்ந்தவள் கிடையாது. இவளது மரபைப் பற்றி அறிந்து கொள்ள நாம் சற்று பின்னோக்கி அலெக்சாண்டரின் காலத்திற்குச் செல்ல வேண்டும். உலகையே வெற்றி கொள்ளப் புறப்பட்ட கிரேக்கப் பேரரசரான அலெக்சாண்டர் மறைந்த பின்னர் அவரது தளபதி தாலமி ஒரு பேரரசராக எகிப்தில் ஆட்சி செய்யத் தொடங்கினார். தாலமியின் வழியில் எகிப்தை ஆண்ட அவரது வாரிசுகள் இரண்டாம் தாலமி, மூன்றாம் தாலமி என்று தொடர்ச்சியாகத் தங்களுக்குப் பெயரிட்டுக் கொண்டனர். அரசிகளுக்கும் கிளியோபாட்ரா என்ற பெயர் அடுத்தடுத்து வைக்கப்பட்டது. அந்த மரபில் ஏழாவதாக வந்தவள்தான் நாம் அறிந்த கிளியோபாட்ரா.

தாலமி குடும்ப வாரிசுகள் தொடர்ந்து பல ஆண்டுகள் எகிப்தை ஆண்டாலும், எப்போதும் தங்களை கிரேக்கர்களாகக் கருதுவதையே பெருமையாக எண்ணினர். கிரேக்க மரபில் வந்த பல தாலமி அரசர்களுக்கு தங்கள் மக்களின் மொழியான எகிப்திய மொழி தெரியாது. அதே சமயம் அவர்களின் ஆட்சி மொழியான கிரேக்கம் மக்களுக்குத் தெரியாது. இந்த நிலையில் 12ஆம் தாலமியின் மகளாக நாமறிந்த கிளியோபாட்ரா பிறந்தாள். இயல்பிலேயே மக்களைப் பற்றிய சிந்தனை கொண்ட அவள், மக்களின் குறைகளை அறிய அவர்களின் எகிப்திய மொழியை கற்றுக் கொண்டாள். எகிப்திய மொழி கற்ற முதல் கிரேக்கப் பேரரசி கிளியோபாட்ராதான். அதற்கு முன்னர் அரச மரபில் வந்த எந்தப் பெண்ணுக்கும் எகிப்திய மொழி தெரியாது. எகிப்திய மொழி தவிரவும் வேறு 10 மொழிகளிலும் கிளியோபாட்ராவுக்கு சரளமாகப் பேசத்தெரியும். அதனால்தான் உலக வரலாற்றில் அதிக பேச்சாற்றல் கொண்டவளாக கிளியோபாட்ரா போற்றப்படுகிறாள்.

எகிப்திய மக்களின் மீது கொண்ட நேசத்தினால் தன்னை, மக்கள் நேசிக்கும் எகிப்திய தேவதை இசிஸ்ஸின் மறுபிறவி என்று கிளியோபாட்ரா அழைத்துக் கொண்டாள். இதனால் எகிப்திய மக்கள் அவளை ஒரு அரசி என்பதையும் தாண்டி ஒரு தேவதையாகவே கொண்டாடினர்.

தனது 14ஆவது வயதில் கிளியோபாட்ரா தன் தந்தை 12ஆம் தாலமியுடன் சேர்ந்து எகிப்தின் ஆட்சியைப் பகிர்ந்து

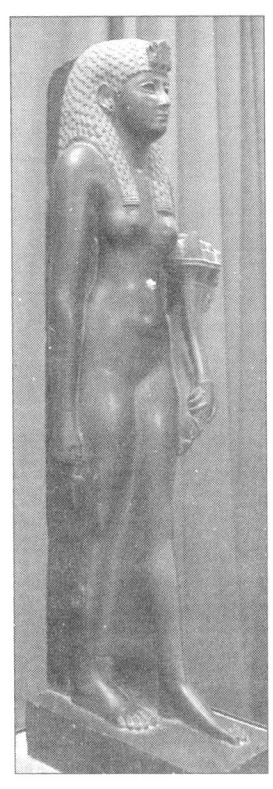

கடவுளாக
கிளியோபாட்ரா

கொண்டாள். அவளது 18ஆவது வயதில் தந்தை இறந்தார். எகிப்திய அரசியலமைப்பின் படி அரசி நிழலாகத்தான் ஆட்சி செய்ய முடியும். அரசன் இல்லாமல் அரசு இயங்காது. அதனால் அந்நாட்டு வழக்கப்படி தனது சகோதரன் 13ஆம் தாலமியை கிளியோபாட்ரா திருமணம் செய்து கொண்டாள் (புனிதம் மிக்க அரச ரத்தம் வெளியே போகக்கூடாது என்ற கருத்தில் இந்த வழக்கம் உருவானது. கிரேக்கர்கள் எகிப்தியர்களை மணம் முடிக்க விரும்பவில்லை. தனது குடும்பத்தின் உள்ளாகவே திருமணம் செய்து கொண்டார்கள். இந்த வழக்கத்தினால் கிரேக்க அரசர்கள் நோயாளிகளாகப் பிறந்தனர் என்பது வேறுகதை). இந்தத் திருமணம் மூலம் கிரேக்கத்தில் கிளியோபாட்ராவின் ஆட்சி தொடர்ந்தது.

பூகோள ரீதியில் எகிப்து ஒரு வளம் மிக்க நாடு. பாலைவனத்தின் நடுவே இருந்த ஒரு செல்வச் சுரங்கம். ஆனால் படைபலத்தில் எகிப்து ஒரு சிறிய நாடு. இதனால் எகிப்திற்கு கொள்ளையர்கள், படையெடுப்புகள் குறித்த அச்சங்கள் நிறையவே உண்டு.

அந்தக் காலத்தில் எகிப்தைப் போல அல்லாமல் ரோமானியப் பேரரசு வலிமை மிக்கதாக இருந்தது. ஜூலியஸ் சீசர் அதன் பேரரசராக இருந்தார். இந்நிலையில் தனது நாட்டின் நலனைக் கருதிய கிளியோபாட்ரா சீசரை மணம் புரிய முடிவு செய்தாள். தனது முதல் பார்வையிலேயே சீசரை வீழ்த்தியபோது கிளியோபாட்ராவின் வயது 21. சீச்ருக்கு 54.

இந்நிலையில் எகிப்தில் அரசன் 13ஆம் தாலமி மர்மமான முறையில் திடீரென இறந்தான். கிளியோபாட்ராதான் அவனைக் கொலை செய்தாள் என்று கூறப்படுகிறது.

இதன் மூலம் அவள் சீசரை இன்னும் நெருங்கினாள். அதன் பின்னர் சீசருக்கும் தனக்கும் பிறந்த மகனோடு ரோமுக்கும் அவள் குடிபெயர்ந்தாள்.

ஜூலியஸ் சீசர்

கிளியோபாட்ராவின் வரவு ரோமானியர்களுக்கு அறவே பிடிக்கவில்லை. சீசரின் சகாக்களும் அரசியல் அறிந்த கிளியோபாட்ராவை வெறுத்தனர். இது பின்னர் சீசர் கொல்லப்பட முக்கியத் திரை மறைவுக் காரணங்களில் ஒன்றானது. சீசர் கொல்லப்பட்ட பின்னர் ரோமானிய ஆட்சியை யார் பிடிப்பது என்ற போட்டி சீசரின் வாரிசுகளுக்கும் தளபதிகளுக்கும் இடையில் ஏற்பட்டது. இந்த சூழலில் தனக்கு ஆபத்து நேரலாம் என நினைத்த கிளியோபாட்ரா எகிப்திற்கே தப்பிச் சென்றாள்.

சீசருக்குப் பின் ரோமப் பேரரசில் சீசரின் தளபதி மார்க் ஆண்டனியின் கை ஓங்கியது. இப்போது கிளியோபாட்ராவின் பார்வை ஆண்டனி மீது திரும்பியது. ஆண்டனியை காதலில் வீழ்த்தி கிளியோபாட்ரா திருமணமும் செய்து கொண்டாள். இவர்களுக்கு 3 குழந்தைகள் பிறந்தன. இந்தக் காலத்தில் கிளியோபாட்ரா தனது சக எகிப்திய அரச வாரிசுகளான 2 சகோதரிகளையும் ஒரு சகோதரனையும் கொன்று, எகிப்தின் ஒரே அரச வாரிசாக தன்னை நிலைநாட்டிக் கொண்டாள்.

மார்க் ஆண்டனி

கிளியோபாட்ராவின் அரசியல் செல்வாக்கு பலரால் பலவிதமாக விமர்சிக்கப்பட்டது. ஆண்கள் நிரம்பிய அரச அவைகளில் அவளைப் பற்றிய கேலிகளே பிரதான விவாதமாயின. மக்களின் மனநிலையை அறிந்த சீசரின்

வாரிசான அகஸ்டஸ் சீசர் கிளியோபாட்ராவை சிறை பிடிக்க எகிப்தின் மீது போர் தொடுத்தார். படைகள் எகிப்தை நோக்கி வரும் வழியில் அகஸ்டஸை எதிர்த்துப் போரிட்ட மார்க் ஆண்டனி படுதோல்வியுற்றார். அதற்குப் பின்னும் வாழ விரும்பாமல் போர்க்களத்திலேயே தற்கொலையும் செய்து கொண்டார்.

அகஸ்டஸிடம் சிக்கி கைதியாக வாழ விரும்பாத அந்தப் பேரரசி மீண்டும் இன்னொரு ஆண் துணையையும் தேடிக் கொள்ளத் தயாராக இல்லாத காரணத்தினாலோ என்னவோ தற்கொலை செய்துகொண்டாள். கிளியோபாட்ராவின் வாழ்க்கை விஷப் பாம்பினால் முடிந்ததா, விஷத்தால் முடிந்ததா என்பது இன்னும் புதிராக உள்ளது. தனது 14 வயதில் இருந்து எகிப்திலும் பின்னர் ரோமிலும் தனது அறிவினால் ஆதிக்கம் செலுத்தத் துவங்கிய கிளியோபாட்ரா இறக்கும் போது அவரது வயது 39.

ஏழாவது கிளியோபாட்ராவின் முழுமையான பெயர் 'கிளியோபாட்ரா திய பிலோபேட்டர்' இதன் அர்த்தம் தந்தையின் அன்பாக வாழ்ந்த பெண்கடவுள் என்பது. (thea - goddess, philopator - father's love) தனது பெயரைப் போலவே கிளியோபாட்ராவும் ஆண்களின் அன்பாகவும் புகழாகவுமே கடைசிவரை வாழ்ந்தாள். பெண்களுக்கு அன்றைய சமூகத்தினால் மறுக்கப்பட்ட பெரிய அதிகாரங்கள் அனைத்தையும் அவள் ஆண்களை முன்னிறுத்தி தன்வசமாக்கினாள்.

பல்லாயிரம் ஆண்டுகளுக்கு கிளியோபாட்ரா மக்களால் நினைவுகூரப் பட்டதற்குக் காரணம் அவளது ஆளுமைகள்தான். அவள் அழகு குறித்த சிந்தனைகள் சமீப காலத்தில்தான் தோன்றின. காதல் கவிதைகளுக்குப் பெயர் போன வில்லியம் சேக்ஸ்பியர், கிளியோபாட்ராவின் வம்சத்தில் ஆப்ரிக்க ரத்தமும் உண்டு என்பதை அடிப்படையாகக் கொண்டு அவள் நிறத்தை 'டானி' (Tawny - அதாவது பழுப்பும் மஞ்சளும் கலந்தநிறம்) என்று வர்ணிக்க, பெரிய ஆளுமைகளைக் கொண்ட அவளைக் கருப்பழகி என்று கொண்டாடியே அவள் புகழை விழுங்கியது ஆணாதிக்க நிழல்.

உண்மையில் கிளியோபாட்ரா என்ன நிறம் என்று இந்த உலகத்திற்கு இன்னும் தெரியாது, இது குறித்து பல ஆய்வுகள்

நாணயத்தில் கிளியோபாட்ரா

மேற்கொள்ளப்பட்டு இருந்தாலும், எந்த ஆய்வுகளும் இது தொடர்பான உறுதியான முடிவைக் கொடுக்கவில்லை. ஆனால் எல்லா ஆய்வுகளும் கிளியோபாட்ராவின் ஆளுமையை மட்டும் உறுதி செய்கின்றன.

இந்த இரண்டாயிரம் ஆண்டுகளில் பல்லாயிரம் அழகிகளை உலக வரலாறு பார்த்திருக்கின்றது. ஆனால் கிளியோபாட்ரா போன்ற வலிமையான அரசிகள் வெகுசிலரே!. இந்த சமூகம் கிளியோபாட்ராவிடம் கவனிக்க வேண்டியது அழகையா? திறனையா?

# 7
# கி.மு.வும் கி.பி.யும் — கிறிஸ்துவும்...

ஆண்டுகளைக் குறிப்பிடும்போது தமிழில் கி.மு. அல்லது கி.பி. என்ற முன்னொட்டையும், ஆங்கிலத்தில் பி.சி. (B.C.) அல்லது ஏ.டி. (A.D.) என்ற முன்னொட்டையும் நாம் பொதுவாகப் பயன்படுத்துகின்றோம். இதில் கி.மு. என்பதன் விரிவாக்கம் கிறிஸ்துவுக்கு முன், கி.பி. என்பதன் விரிவாக்கம் கிறிஸ்துவுக்குப் பின்.

அடுத்து இவற்றுக்கு இணையான ஆங்கில முன்னொட்டுகளின் விரிவாக்கத்தை இவற்றோடு ஒப்பிட்டுப் பார்க்கப்போனால், பி.சி. (B.C.) என்பதன் விரிவாக்கமாக 'பிஃபோர் கிறிஸ்ட் (Before Christ)' என்பது உள்ளது. இதனை மொழி பெயர்த்தால் கிறிஸ்துவுக்கு முன் என்றே கிடைக்கும். எனவே தமிழ் கி.மு.வும் ஆங்கில பி.சி.யும் ஒரே அர்த்தம் உள்ளவையாக உள்ளன. ஆனால் ஏ.டி. (A.D.) விவகாரம் அப்படி அல்ல, அதன் விரிவாக்கம் 'அன்ன டோமினி (Anno Domini)' லத்தீன் சொல்லான இதன் அர்த்தம் 'நமது ஆண்டவரின் ஆண்டு' என்பது ஆகும். இந்த அர்த்தம் இதன் தமிழாக்கமான 'கிறிஸ்துவுக்குப்

பின்' என்பதோடு பொருந்தவில்லை. ஏ.டி. (A.D.) என்பதற்கு இணையாகப் பயன்படுத்தப்பட்டு வரும் 'கிறிஸ்துவுக்குப் பின்' என்ற சொல்லாட்சியே அடிப்படையில் சரியாக இல்லை.

ஏனென்றால் 'கிறிஸ்துவுக்குப் பின்' என்றால் 'கிறிஸ்து இறந்த பின்' என்ற அர்த்தமே தொணிக்கிறது. ஆனால் இவர்கள் குறிக்க விரும்புவது 'இயேசு பிறந்த பின்' என்பதை. முன்பு இந்தியாவில் ஏ.டி. (A.D.) என்பதன் அர்த்தம் ஆஃப்டர் டெத் (After Death) என்ற கருத்து இருந்தது. அதாவது 'இறப்புக்குப் பின்'. அந்த கோணத்தில் இந்த தமிழ் மொழிபெயர்ப்பு நிகழ்ந்து இருக்கலாம். இவ்வாறு மொழி பெயர்ப்பில் உள்ள தவறு ஒருபக்கம் என்றால் இன்னொரு பக்கம் இதன் ஆங்கில மூலமே தவறுதான்!.

வரலாற்றை அதிகம் வாசிப்பவர்களுக்கும், ஏசுவின் வரலாற்றைப் படிக்க நேர்ந்தவர்களுக்கும் இந்த ஆண்டு வரையறைகளில் ஒரு சந்தேகம் கட்டாயம் ஏற்படும். ஒரு வேளை அந்த சந்தேகம் உங்களுக்கு வரவில்லை என்றால் தொடர்ந்து வரும் பத்தியில் அதை நான் வரவழைக்கிறேன்.

கி.மு.வுக்கு விரிவாக்கம் 'கிறிஸ்துவுக்கு முன்' என்றே நாம் கொண்டால், கி.மு. சகாப்தம் முடியும் காலத்தில்தான் ஏசு பிறந்தார் என்று அர்த்தம். இயேசு பிறந்த உடனேயே கிறிஸ்துவுக்கு முன் என்ற காலம் நிறைவடைந்துவிடும். இரவு 12 மணியில் புதிய நாள் பிறப்பதைப் போல. அப்படியானால் கி.மு.0ஆம் ஆண்டின் இறுதி நாளின் இறுதி நொடியில் இயேசு பிறந்திருக்க வேண்டும். ஆனால் பாடநூல்களில் உள்ள இயேசுவின் வரலாற்றில் இயேசு கி.மு.4ஆம் ஆண்டில் பிறந்தார் என்று உள்ளது. அதாவது கிறிஸ்துவுக்கு 4 ஆண்டுகள் முன்பாக கிறிஸ்து பிறந்தார்!. இதில் தவறு உள்ளது என்பது சொல்லித்தான் தெரிய வேண்டும் என்ற அவசியம் இல்லை. எப்படி நிகழ்ந்தது இவ்வளவு பெரிய தவறு? இதற்குத் திருத்தம் உண்டா?

ஆண்டுகளைக் குறிப்பதில் ஏற்பட்ட இந்தத் தவறைப் பற்றி அறிந்துகொள்ள இன்றைய நாட்காட்டியின் வரலாற்றை நாம் சற்றுப் பின்னோக்கிப் பார்க்க வேண்டிய தேவை உள்ளது. இன்று நாம் பயன்படுத்தும் நாட்காட்டிக்கு கிரிகேரியன் நாட்காட்டி என்று பெயர். ஐ.நா.சபையால்

கிரிகேரியன் காலண்டர் சமர்ப்பிக்கப்பட்டபோது

ஏற்றுக் கொள்ளப்பட்ட இந்த நாட்காட்டியை உலகின் பெரும்பாலான நாடுகள் பின்பற்றுகின்றன.

கி.மு. 45ஆம் ஆண்டில் ஜூலியஸ் சீசரால் அறிமுகப்படுத்தப்பட்ட 'ஜூலியன் நாட்காட்டி' யின் திருத்தப்பட்ட வடிவமைப்பே இந்தக் கிரிகேரியன் நாட்காட்டி. ஜூலியன் நாட்காட்டிக்கும் முன்பாக பண்டைய ரோமானியர்கள் '10 மாதங்களைக் கொண்டது ஒரு ஆண்டு, அவற்றில் 5 மாதங்கள் 30 நாட்களைக் கொண்டவை, 5 மாதங்கள் 31 நாட்களைக் கொண்டவை (இவை 30, 31 என்று மாறிமாறி வரும்). 300 நாட்கள் போக மீதம் உள்ள 60 நாட்கள் கொண்டாட்ட நாட்கள்' - என்று ஒரு ஒழுங்கற்ற முறையையே பின்பற்றி வந்தனர்.

அந்த 60 கொண்டாட்ட நாட்களில் இருந்து ஜூலியஸ் சீசர் தனது பெயரில் ஜூலை என்ற மாதத்தையும், அகஸ்டஸ் சீசர் பெயரில் ஆகஸ்டு என்ற மாதத்தையும் உருவாக்கினார். மற்ற 5 மாதங்களில் 31 நாட்கள் உள்ளபோது தனது பெயரிலான மாதம் 30 நாட்களை மட்டுமே கொண்டிருப்பது ஜூலியஸ் சீசருக்குப் பிடிக்கவில்லை, எனவே பிப்ரவரியில் இருந்து அவர் ஒரு நாளை உறுவினார். ஜூலியஸ் சீசருக்குப் பின் ஆட்சிக்கு வந்த அகஸ்டஸ் சீசர், ஏற்கனவே 29 நாட்களோடு இருந்த பிப்ரவரியில் இருந்து இன்னும் ஒரு நாளை உறுவி ஆகஸ்டையும் 31 நாட்கள் உள்ள மாதமாக்கினார். இப்போது பிப்ரவரி 28 நாட்களாக

இளைத்து இருந்தது. இதனால் லீப் ஆண்டில் கூடுதலாகக் கிடைக்கும் ஒரு நாள் பிப்ரவரிக்கே பெரிய மனதோடு கொடுக்கப்பட்டது.

உலகம் முழுமைக்குமான காலண்டராக ஜுலியன் காலண்டரைப் பயன்படுத்தலாம் என்ற யோசனை அடுத்த 15 நூற்றாண்டுகளுக்குப் பிறகு, இத்தாலிய மருத்துவரான அலாய்சியஸ் லிலியஸ் என்பவருக்குத் தோன்றியது. அதனை அப்போதைய திருத்தந்தை பதின்மூன்றாம் கிரிகோரி ஏற்றுக் கொண்டார். ஆனால் பண்டைய ரோமானிய நாட்காட்டியில் இயேசுவுக்கும் அவர் முக்கியத்துவம் கொடுக்க விரும்பினார். தங்கள் புதிய நாட்காட்டி இயேசு பிறந்த ஆண்டில் துவங்க வேண்டும் என்ற விருப்பம் அவருக்கு இருந்தது. இதில் ஒரே ஒரு சிக்கல் என்ன என்றால், இயேசு எப்போது பிறந்தார் என்று அப்போது யாருக்கும் துல்லியமாகத் தெரியாது.

இந்நிலையில் கி.மு.6ஆம் நூற்றாண்டின்போது ரோமில் வாழ்ந்த டயனீசியஸ் எக்ஸீகுவஸ் (Dionysius Exiguus) என்ற கிறிஸ்துவத் துறவி உருவாக்கிய 'அன்ன டோமினி' முறை இவர்களுக்குக் கிடைத்தது. பண்டைய ரோமன் நாட்காட்டியைப் போலவே 10 மாதங்களைக் கொண்டது அந்த நாட்காட்டி, அது கி.பி. 8ஆம் நூற்றாண்டுக்குப் பின்னர் அதிகம் வழக்கிலும் இல்லை. அதில் டயனீசியஸ் நாட்காட்டியின் துவக்க ஆண்டை ஏ.டி. 525 (525 A.D.) என்று அறிவித்து இருந்தார். 'இந்த ஆண்டோடு நமது ஆண்டவர் பிறந்து 525 ஆண்டுகள் ஆகிவிட்டன' என்பது இதன் பொருள். இது தவறான கணக்கீடு ஆகும். ஆனால் அதை கிரிகோரி அறிந்திருக்கவில்லை, அந்த அன்ன டோமினி முறையை ஜுலியன் நாட்காட்டியில் அப்படியே பொறுத்தி அவர் தனது புதிய நாட்காட்டியை உருவாக்கினார்.

பின்னர் கிறிஸ்துவர்களின் புனித நூலான விவிலியத்தில் இயேசு குறித்து வரும் செய்திகளை ஆராய்ந்த வரலாற்று ஆசிரியர்களே, இந்தக் கணக்கீடு இயேசுவின் பிறப்போடு பொருந்தவில்லை என்று கண்டறிந்தனர். சிலர் இந்தக் கணக்கீடு துவங்குவதற்கு 4 ஆண்டுகள் முன்பாகவே இயேசு பிறந்துவிட்டார் என்று கூறினார்கள், இதே ஏற்றுக் கொள்ளவும் பட்டுள்ளது. ஆனால் அது 6 ஆண்டுகளாக

டயனீசியஸ்

இருக்கலாம் என்ற கருத்தும் உள்ளது. (எனது கருத்தும் அதுவே). இதற்கு ஆதாரங்கள் என்ன?

புதிய ஏற்பாட்டில் மத்தேயு கூறும் நற்செய்தியில்,

**'ஏரோது அரசன் காலத்தில் யூதேயாவிலுள்ள பெத்தலகேமில் இயேசு பிறந்தார் (மத் 2:1)'** என்று உள்ளது. பெரிய ஏரோது என்ற அரசன் கி.மு. 4ஆம் ஆண்டிலேயே இறந்த ஒரு அரசன் ஆவான். இதனால் இயேசு கி.மு. 4ஆம் ஆண்டுக்குப் பிறகு பிறந்திருக்க முடியாது என்பது உறுதியாகின்றது. மேலும் இன்னொரு இடத்திலே மத்தேயு, **'(ஏரோது அரசன்) பெத்தலகேமிலும் அதன் சுற்றுப்புறமெங்கும் ஆட்களை அனுப்பி இரண்டு வயதும் அதற்கு உட்பட்டவையுமான எல்லா ஆண் குழந்தைகளையும் கொன்றான் (மத் 2:16)'** என்று கூறுகிறார். இதனால் ஏரோது இறக்கும் போது இயேசு 2 வயது குழந்தையாக இருந்திருக்கிறார் என்று நாம் கொள்ளலாம்.

இன்னொரு தேவ செய்தியாளரான லூக்கா, **'சிரியா நாட்டில் குரேனியு என்பவர் ஆளுநராக இருந்தபோது முதன்முறையாக மக்கள் தொகை கணக்கிடப்பட்ட காலத்தில் இயேசு**

பிறந்தார் (லூக் 2:1-7)' என்று சொல்கிறார். குரேனியூவின் இந்தக் கணக்கெடுப்பு கி.மு.6ஆம் ஆண்டில் நடத்தப்பட்டதாகக் ஆய்வுகளில் தெரிய வந்துள்ளது. இதில் இருந்தும் இயேசு பிறந்த ஆண்டு கி.மு.6 என்று நாம் கொள்ளலாம்.

இயேசு பிறந்தது கி.மு.4 அல்லது கி.மு.6 என்று இரண்டு வேறு கருத்துகள் நிலவினாலும் 'கி.மு.' என்பதை கிறிஸ்துவுக்கு முன் என்று கூறுவது சரியான வரையறை அல்ல என்பது மட்டும் எல்லா வரலாற்று ஆய்வாளர்களும் ஒருமனதாக ஏற்ற ஒன்று.

இதனால் பி.சி. - ஏ.டி. முறைக்கு பெயரை மட்டும் மாற்றி பி.சி.இ, (B.C.E - Before Christian Era) மற்றும் சி.இ. (C.E - Christian Era) என்று பெயரிடும் வழக்கம் அமெரிக்க ஐரோப்பிய நாடுகளில் தோன்றின (Christian Era என்பதற்கு கிறிஸ்துவ யுகம் என்று பொருள் கொள்ளலாம்). கி.பி.1584ல் லத்தீன் நூலொன்று முதன்முதலாக 'கிறிஸ்துவ யுகம்' என்ற காலப்பகுப்பைப் பின்பற்றியது. பின்னர் ஆங்கில நூல்கள் கி.பி.1649ல் இதனைப் பின்பற்றத் துவங்கின. இதன் மூலம் 'அது ஏசு பிறந்த ஆண்டு அல்ல கிறிஸ்தவம் பிறந்த ஆண்டு' என்று அவர்கள் சப்பைக் கட்டு கட்டினர். ஆனால் இயேசு இறந்து வெகுகாலம் கழித்துதான் கிறிஸ்தவம் ஒரு மதமாக உருவெடுத்தது என்பதாலும், ஏசுவின் நான்காம் வயதுக்கோ ஆறாம் வயதுக்கோ கிறிஸ்துவ யுகத்தின் பிறப்போடு எந்தத் தொடர்பும் இல்லை என்பதாலும் இது சரியான வரையறையாகப் பொருந்தவில்லை.

தவிர கிறிஸ்துவ மதத்தைப் பின்பற்றாத பல நாடுகள் 'நாங்கள் ஏன் கிறிஸ்துவத்தை அடிப்படையாகக் கொண்டு ஆண்டுகளைக் கணக்கிடவேண்டும்?' என்று யோசித்தன. இதன் விளைவாக பி.சி.இ. - சி.இ.க்கு புதிய விளக்கங்கள் பிறந்தன. இவற்றில் உள்ள சி (C) - என்ற ஆங்கில எழுத்துக்கு கிறிஸ்ட் (christ) என்பதற்கு மாற்றாக காமன் (common - பொது) என்று விளக்கம் கொடுக்கப்பட்டது. இதன் மூலம் பி.சி.இ. (Before common era - பொது யுகத்துக்கு முன், பொ.யு. மு.) - பி.சி. (common era - பொது யுகம், பொ.யு.) - என்பதாக இந்தப் புதிய விளக்கங்கள் கட்டமைக்கப்பட்டன. இந்த காமன் (common) என்ற ஆங்கில வார்த்தையின் பொருளாக

'அனைவரும் ஏற்றுக் கொண்ட, பொதுமைப்படுத்தப்பட்ட' - என்பது இங்கு கொள்ளப்படுகிறது.

கிறிஸ்து (Christ), கடவுள் (Domini) - ஆகிய வார்த்தைகள் இதனால் ஆண்டுக் கணக்கெடுப்பில் இருந்து நீக்கப்பட்டு உள்ளன. கிறிஸ்து பிறந்த ஆண்டு இன்னும் சர்ச்சையில் உள்ளபோது இது வரலாற்று ரீதியில் சரியானத் தீர்வாகவும், குழப்பத்தை விளைவிக்காத வடிவமாகவும் உள்ளது. சரியான ஆண்டுக்கு கி.மு. - கி.பி.யை மாற்றுவது என்றால் முழு வரலாற்றையுமே மனிதகுலம் முதலில் இருந்து எழுத வேண்டி இருக்கும். அந்தக் கடினம் இப்போது இல்லை.

இப்போதைய மக்கள் கி.மு. - கி.பி. முறைக்கே பழகிவிட்டார்கள். அதை உடனடியாக மாற்றுவது கடினம். அது பாடநூல்களில் இருந்தே தொடங்கப்பட வேண்டும். இந்தியப்பாட புத்தகங்கள் எப்போது இந்த முறைக்கு மாறும் என்று தெரியவில்லை, ஆனால் என்றைக்காவது ஒருநாள் மாறும் என்பது மட்டும் நிச்சயம்.

இப்போதைக்கு யாராவது 'பொதுயுகம்' - என்று சொன்னால் அதைத் தெரிந்த சிலரின் பட்டியலில் நீங்கள் உங்கள் பெயரை இணைத்துக் கொள்ளலாம்.

# 8
# பொருளற்றதா பொன்னாடை?

**த**மிழகத்திலும் இந்தியாவின் பிற பகுதிகளிலும் மேடைகளில் விருந்தினர்களுக்கு பொன்னாடை அணிவிப்பது என்று ஒரு வழக்கம் உள்ளது. பொன்னாடை போர்த்துவதால் ஒருவருக்கு என்ன சிறப்பு ஏற்படப்போகிறது என்று நம்மில் பெரும்பாலானோருக்குத் தெரியாது. சில பிரபல இதழ்களின் கேள்வி பதில் பகுதிகளில் 'பொன்னாடைகள் ஏன் போர்த்தப்படுகின்றன?' - என்ற மக்களின் கேள்விக்கு அறிஞர்கள் சிலரே கூட 'இது தேவையற்ற வழக்கம், துணி வீண்' என்ற ரீதியிலேயே பதில் அளித்து உள்ளனர். அவர்களை நாம் குறைகூற முடியாது. ஏனெனில் சால்வைகள் அணியும் பழக்கம் தமிழர்களுக்கு இல்லை. அதற்கான குளிர்ந்த சூழலும் தமிழகத்தின் பெரும்பாலான பகுதிகளில் இல்லை. எனவே அவற்றுக்கு பதிலாக அணியக் கூடிய உடையை அல்லது தைத்துப் பயன்படுத்தும் துணியைக் கொடுக்கலாமே என்ற எண்ணம் ஏற்படுவது இயற்கைதான். ஆனால் பொன்னாடையின்

உண்மையான மதிப்பு அதன் பயன்பாட்டில் இல்லை, மாறாக அதன் வரலாற்றில் உள்ளது.

பொன்னாடையைப் பற்றி விரிவாக அறிய, முதலில் தமிழரின் ஆடை அணியும் வழக்கத்தைப் பற்றி போதுமான அளவுக்குத் தெரிந்து கொள்வோம். இடுப்பில் அணியும் அரையாடையை தமிழர்கள் தொன்றுதொட்டு அணிந்தனர். ஆனால் மேலாடை அணிவது தமிழரின் பொதுவான வழக்கம் அல்ல. இன்று தமிழகத்தின் ஆண்கள் அணியும் மேல் சட்டைகளும், பெண்களின் ரவிக்கைகளுமே கூட நமது பாரம்பரியத்தைச் சேர்ந்தவை அல்ல.

கி.பி.13ஆம் நூற்றாண்டில் பாண்டிய அரசனான முதலாம் சடையவர்மனின் அவைக்கு வந்த வெனிஸ் நாட்டின் வரலாற்றுப் பயணியான மார்க்கோ போலோ தமது குறிப்புகளில் 'நமது நாட்டின் தையல் கலைஞர்களுக்கு இந்த நாட்டில் வேலையே இல்லை. இங்கு அரசனே கோவணம் மட்டும்தான் கட்டியிருக்கிறான்' என்று எழுதுகிறார். பிற்காலப் பாண்டியர் காலம் வரையில் மேல்சட்டை அணியும் வழக்கம் தமிழர்களிடத்தில் பொதுமைப்படுத்தப்படவில்லை என்பதையே இந்தக் குறிப்பு காட்டுகின்றது. இதே காலத்தில் சோழர்கள் தொடைவரைக்கும் துணி உடுத்தி இருந்தனர். அவர்களும் மேலே சட்டை அணியவில்லை. அவர்களுக்கு மேல் சட்டை அணிதல் என்ற வழக்கத்தைப் பற்றித் தெரிந்து மட்டும் இருந்தது.

மேலாடை அணியும் வழக்கத்தை தமிழகத்திற்கும் இந்தியாவிற்கும் அறிமுகம் செய்து வைத்தவர்கள் கிரேக்கர்கள். பண்டைய தமிழ் இலக்கியங்கள் கிரேக்கர்களை 'மெய்ப்பை புக்கும் யவனர்கள்' என்றும் 'புடம்புகு மிலேச்சர்' என்றும் குறிப்பிட்டு இருப்பதில் இருந்தே நாம் இதனை அறிந்து கொள்ளலாம். கிரேக்கர்கள் சட்டை போட்டிருந்ததாகக் கொள்ளாமல் 'அவர்கள் சட்டைக்குள் புகுந்து கொண்டிருந்தார்கள் (புடம் புகுந்தார்கள்)' என்று கூறும் அளவுக்குத்தான் மேல்சட்டையின் பயன்பாடு நமக்கு அப்போது தெரிந்திருந்தது.

பின்வந்த காலங்களிலும் கூட சட்டை நமக்கு அந்நியம்தான். ஆங்கிலேயர் ஆட்சி இந்தியாவில் காலூன்றிய பிறகு, தமிழகத்தில் ஆங்கிலோ - இந்திய இனத்தைச்

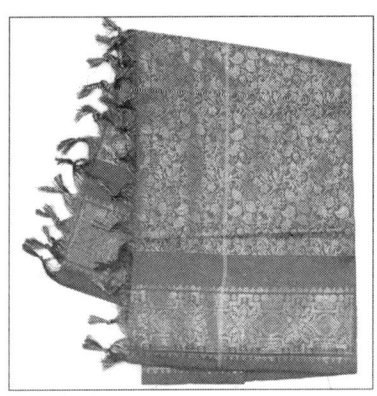

தற்காலப் பொன்னாடை

சேர்ந்தவர்கள் ஒரு சமூகமாகத் தோன்றினர். அவர்கள் மேற்சட்டை அணியும் வழக்கம் கொண்டிருந்தவர்கள் ஆகையால் தமிழக மக்கள் அவர்களை 'சட்டைக்காரர்கள்' என்றே அழைத்தார்கள். இன்னும் இந்தச் சொல் வழக்கம் தஞ்சை, நாகை பகுதிகளில் பயன்பாட்டில் உண்டு.

குறிப்பாக தமிழகத்தில், ஆண்கள் மேல்சட்டை அணிவது அவசியமற்ற ஒன்றாகவே இருந்தது. நமது ஊரின் சூழலும் ஏழ்மையும் அதன் பிற காரணங்கள். நமது தேசப்பிதா மகாத்மா காந்தியடிகள் தனது சட்டையைத் துறக்கக் காரணம் மதுரையில் அவர் தமிழக விவசாயிகளைப் பார்த்ததே என்பதை இங்கு நாம் நினைவுகூர வேண்டும். அதன் சாட்சியாக காந்தியின் கடைசி சட்டை மதுரை காந்தி அருங்காட்சியகத்தில் இன்றும் உள்ளது.

இப்படியாக மேலாடை அணிவது என்பதே தமிழர் பாரம்பரியத்தில் இல்லாதபோது பொன்னாடை நமது பாரம்பரியத்தில் சேருமா என்றால் சேரும் என்பதுதான் ஆச்சரியமூட்டும் பதில். இதன் பின்னாக மனித உரிமையின் ஒரு சங்கிலிப் பிணைப்பு உள்ளது.

தமிழகம் உள்ளிட்ட பண்டைய இந்தியாவில் அடிமைகளுக்கும் தாழ்த்தப்பட்ட மக்களுக்கும் மேலாடை அணியும் உரிமை அடியோடு மறுக்கப்பட்ட ஒன்றாக இருந்தது. இன்னும் சொல்லப்போனால் இந்த வழக்கம் இந்தியாவிற்கும் மட்டும் உரியது இல்லை, உலகின் பல

மேலாடையற்ற ரோமானிய போர் அடிமைகள்

டாபி எனும் அடிமை பூதம்

நாடுகளிலும் பல்வேறு வடிவங்களில் வழக்கில் இருந்த ஒன்று. இன்றைய குழந்தைகள் விரும்பிப் படிக்கும் ஆங்கிலக் கதை புத்தகமான ஹாரிபாட்டரில் வரும் 'டாபி' என்ற அடிமை பூதம் தனது எஜமான் தனக்கு புதிய ஆடை தரும் நாளே தனக்கு விடுதலைநாள் என்று கூறும். ஆடையை வைத்து அடிமைத் தனத்தை நிலைநாட்டியதில் மேலைநாடு கீழைநாடு என்ற பேதமே இல்லை!.

தமிழகத்தில் இத்தனைக் காலமாக வாழ்ந்துவரும் நமக்கு, அடிமைகள் மேற்சட்டை அணியக் கூடாது என்ற பண்டைய வழக்கு பற்றி எப்படித் தெரியாமல் போனது? - என்றால் காரணம் நமது கவனக் குறைவு மட்டும்தான்.

நாம் நன்றாக அறிந்த மஹாபாரதக் கதையில் பாஞ்சாலியின் துகில் உரியப்படும் காட்சி நமக்கு அறச்சீற்றத்தை ஏற்படுத்தக் கூடியது. ஆனால் இதனை நாம் நன்றாகக் கவனித்திருந்தாலே நமக்கு ஆடைக்கும் அடிமைத்தனத்துக்குமான உறவு கொஞ்சமாவது புரிந்திருக்கும்.

'துச்சாதனன் அரசவையில் வைத்து பாஞ்சாலியின் துகிலை உரியக் காரணம் என்ன?' - என்ற கேள்விக்கு பெரும்பாலானோர் சொல்லும் பதில் 'பாஞ்சாலியை அவமானப்படுத்த'. ஆனால் சரியான பதில் 'பாஞ்சாலியை அடிமைப்படுத்த!'. ஏனெனில் அன்றைக்கு மேலாடை அணியும் உரிமை என்பது சுதந்திர மனிதர்களுக்கு மட்டுமான உரிமையாக இருந்தது!.

மகாபாரதத்தில் சூதாட்டத்தில் தன்னையும் தம்பிகளையும் பணயமாக வைத்துத் தோற்ற தருமன் உடனே கவுரவர்களுக்கு அடிமையாகின்றான். அடிமையானதன் விளைவாக 'அடிமைகள் மேலாடை அணியக் கூடாது' என்ற விதியின் அடிப்படையிலேயே அவனும் தம்பிகளும் முதற்கட்டமாக மேலாடைகளைத் துறக்கின்றனர்.

இதனைத் மகாபாரதத்தின் வழிநூலான தனது 'பாஞ்சாலி சபத'த்தில் பண்டைய மரபுகளை நன்றாக அறிந்திருந்த பாரதியார்

> **'பணிமக்கள் ஏவா முன்னம் தெவ்வர் கண்டு**
> **அஞ்சும் மார்பினைத் திறந்தனர் துணியைப் போட்டார்'**

- என்று குறிக்கின்றார். பின்னர் பாஞ்சாலியும் தருமனால் சூதில் பணயமாக வைத்து தோற்கப்படுகிறாள். இதனால் அவளும் அடிமை என்று அந்த அரசவை கருதுகிறது. அடிமையானதனாலேயே அவளது மேலாடை நீக்கப்பட வேண்டிய கட்டாயம் ஏற்படுகிறது. துரியோதனின் அரசவையில் இருந்த கர்ணன் இதனைச் சொல்வதாக,

> **'மார்பிலே துணியைத் தாங்கும்**
> **வழக்கம் கீழடியாக் கில்லை'**

- என்று பாரதியார் குறிக்கிறார். பாஞ்சாலியின் துகில் உரியப்பட்டது பாஞ்சாலிக்கு மட்டும் நேர்ந்த கொடுமைகளின் உச்சம் அல்ல, முன்னர் அடிமைகள், தாழ்த்தப்பட்ட பெண்கள் அனைவரும் சந்தித்த கொடுமைகளின் மிச்சம்.

துகிலுரியப்படும் பாஞ்சாலி

கி.பி.18ஆம் நூற்றாண்டில் இந்திய மக்கள் தொகையில் ஆறில் ஒருவர் தாழ்த்தப்பட்டவர். அவர்கள் அனைவருக்குமே ஆண், பெண் பேதமின்றி மேலாடை அணியும் உரிமை மறுக்கப்பட்ட ஒன்றாக இருந்தது. அறிவு பெற்ற மக்களும் ஆட்சியாளர்களும் இருந்த இடங்களில் இந்த நடைமுறை பெரிதும் கட்டாயப்படுத்தவில்லை. ஆனால் திருவிதாங்கூர் சமஸ்தானம் போன்ற இடங்களில் இது கட்டாய நடைமுறையாக இருந்தது. இன்றும் கூட கிராமங்களில் வாழும் தாழ்த்தப்பட்ட வகுப்புகளைச் சேர்ந்த பெரியவர்கள் தங்கள் துண்டை மேலே போடாமல் கக்கத்தில் வைத்துச் செல்லும் காட்சிகளை நாம் கனத்த இதயத்துடன் காண முடியும். அடிமைகளுக்கு மேலாடை அணியும் வழக்கம் மறுக்கப்பட்டதற்கும், பொன்னாடைக்கும் என்ன தொடர்பு?.

ஒருவர் பிறப்பால் மேலாடை அணியும் உரிமை அற்ற அடிமையாக இருந்தாலும் பெரிய மனிதர்கள் கூடிய அவையானது அவருக்கு ஒரு மேலாடையைப் போர்த்தினால் அன்று முதல் அவர் அந்த உரிமையைப் பெற்றவராக கருதப்படுவார். மக்களும் அவர் அவ்வாறு உரிமை பெற்றதை அறிந்து கொள்வார்கள். அப்படி ஆடை போர்த்திய வழக்கத்தின் நீட்சிதான் பொன்னாடை போர்த்தும் வழக்கம். அதுவரை மேலாடை அணியாத ஒருவர் முதன்முதலாக

அணியும் ஆடை என்பதனால்தான் 'பொன்னாடை' என்று ஒரு துணித்துண்டு சிறப்பிக்கப்பட்டது (பொன் என்பதற்கு 'முதல்' என்ற பொருளும் உண்டு. உதாரணமாக முதலில் ஏர்பூட்டும் நிகழ்வுக்குப் 'பொன்னேர்' என்று பெயர்). அந்த வழக்கமே அறிஞர்கள் கூடிய அவை ஒருவருக்குச் செய்த சிறப்புகளில் எல்லாம் மேம்பட்டதாகவும் கருதப்பட்டது. அந்த முறையே இன்றும் தொடர்கிறது. பொன்னாடை என்பது ஒரு மனிதன் தன் முயற்சியால் அடிமைத் தளையை அறுக்க முடியும் என்பதற்கு இறுதியாக உள்ள சான்று. அது தேவையற்ற துணி இல்லை. தேசியக் கொடியைப் போல ஒரு பெருமிதத்தின் சின்னம், கடந்த காலத்தின் காலக் கண்ணாடி என்பதை நாம் நினைவில் கொள்ள வேண்டும்.

இங்கு நாம் சிந்திக்க வேண்டிய ஒரு செய்தி, பெண்களின் மேலாடை அணியும் உரிமை பல்லாயிரம் ஆண்டுகளாக ஆதிக்கவாதிகளின் கைகளில்தான் இருந்தது. அவர்களில் மிகப்பெரும்பாலானோர் ஆண்கள். அவர்கள் தான் மேலாடை அணிவதை ஆதிக்கத்தின் பெயரால் தடைசெய்தவர்கள். மேலாடை அணியும் உரிமையை சாதியோடு தொடர்புபடுத்தி திருவிதாங்கூர் அரசர்கள் பெண்களுக்கு இழைத்த கொடுமைகள் எழுத்துகளில் வடிக்க இயலாத கோரங்கள். இந்தக் கொடுமைகளுக்கு எல்லாம் எதிராக, தோள்சீலைப் போராட்டத்தை முன்னெடுத்து, தங்கள் மார்பகங்களை

**தோள்சீலைப் போராட்டம்**

அடக்குமுறையாளர்கள் மீது அறுத்துவீசி, பெண்கள் பெற்ற சுதந்திரம்தான் மேலாடை அணியும் சுதந்திரம்.

தோள்சீலைப் போராட்டம் போன்ற பல்லாயிரக் கணக்கான உரிமைப் போராட்டங்களின் விளைவாகவே நமக்கு இன்று பொன்னாடைகளின் பொருள் கூடத் தெரியாமல் போய்விட்டது. நம்மீது ஆதிக்கம் செலுத்தியவர்கள் யார்? அரவணைத்து உதவியவர்கள் யார்? - என்பனவற்றைக் கூட இன்றைய பெண்கள் மறந்துவிட்டனர்.

இன்று மீண்டும் அதே ஆதிக்க சமூகம் 'பெண்கள் சரியாக மேலாடை அணிவது இல்லை', 'சரியாகத் துப்பட்டா போடுவதில்லை', 'தமிழர் பண்பாட்டைக் காற்றில் பறக்க விடுகிறார்கள்' என்றெல்லாம் புதிய ஆயுதங்களோடு புறப்படுவது காலம் காட்டும் முரண். கடந்த காலம் தெரியாதவர்கள் இந்த கூற்றுகளை ஆதரிப்பதும் ஆபத்தானது.

தனது வரலாற்றின் பெரும்பகுதியை இழந்துவிட்ட தமிழர்கள், இன்றும் வழக்கில் காணப்படும் கடந்த காலத்தோடு தொடர்புள்ள வெகுசில வரலாற்று எச்சங்களையாவது அவற்றின் உண்மை வரலாற்றோடு சேர்த்து பாதுகாக்க வேண்டியது அவசியம். இல்லை என்றால் நரிகள் நாட்டாமை பேச, ஆடுகள் தலையாட்டும் சமூகமாக நாம் நாட்களைக் கடத்துவதை ஒருபோதும் நம்மால் மாற்ற முடியாது.

இரா. மன்னர் மன்னன்

# 9

# மேற்கில் தோன்றிய சிசேரியன் சிகிச்சைமுறை

இன்றைய நவீன உலகில் அல்லது நவீனமாகிவிட்டதாக நாம் நம்பும் இன்றைய உலகில் ஏற்பட்ட மிகப்பெரிய மாற்றங்களுள் ஒன்று மருத்துவத் துறையின் மாபெரும் வளர்ச்சி. ஒரு மனிதன் தனது உயிரின் மீது வைத்துள்ள பயத்தை அடிப்படையாகக் கொண்டு ஒரு துறை எந்த அளவுக்கு வளரலாம் என்பதற்கு உதாரணமாக இந்த வளர்ச்சியை நாம் பார்க்கலாம். சுமார் 100 ஆண்டுகளுக்கு முன்புவரை உலகெங்கும் மருத்துவம் என்பது ஒரு துணைத் தொழிலாகவும் சேவையுமாகவே இருந்தது. மருத்துவம் அறிந்தவர்கள் அன்றைக்குத் தங்கள் ஆய்வுகளுக்குப் போதிய பணம்கூட இல்லாமல் தவித்தனர். இன்றைக்கு மருத்துவத்துறையை விடவும் பல மடங்குகளுக்கு மருத்துவமனை உரிமையாளர்களும் மருத்துவர்களும் வளர்ந்துவிட்டனர். அவர்களின் தேவைக்கு ஏற்ப நாமும் நமது உணவு வழக்கங்களையும் அன்றாடப்

பழக்கங்களையும் மாற்றி விரைவில் நோயாளிகளாகின்றோம். 40 வயதுவரை வேகமாக சம்பாதித்து பின்னர் அதில் பெரும்பான்மைத் தொகையை மருத்துவத்திற்கு செலவிடுவது இன்றைக்கு ஒரு உலகளாவிய வாழ்க்கை முறையாக உருவெடுத்துவிட்டது.

பிழைக்க வைக்கின்றது என்ற அடிப்படையில் கொண்டாட வேண்டியதாகவும், வாழ விடுவதில்லை என்ற அடிப்படையில் தூற்ற வேண்டியதாகவும் நவீன மருத்துவம் உள்ளது. அதன் மாபெரும் வரமாகவும் அவலமாகவும் காணப்படுவது சிசேரியன் எனப்படும் மகப்பேறு அறுவை சிகிச்சை. அமெரிக்க அதிபர்களில் ஜிம்மி கார்டருக்கு முன்னே யாரும் மருத்துவமனையில் பிறந்தவர்கள் இல்லை. இன்றைக்கு உலகெங்கும் பெரும்பான்மைக் குழந்தைப் பிறப்புகள் மருத்துவமனைகளில்தான் நிகழ்கின்றன.

தனியாரிடம் மருத்துவம் தாரைவார்க்கப்பட்ட நமது நாட்டில், தனியார் மருத்துவமனைகளில் நடக்கும் மகப்பேறுகள் பெரும்பாலும் சிசேரியன்களாக உள்ளன. ஒரு கவிதையை எதேர்ச்சையாகக் கேட்டேன்.

**“செத்த தோலைத் தைக்கும்**
**செறுப்புத் தைக்கும் தொழிலாளியின்**
**ஊசியில் உள்ள நேர்மை கூட**
**உயிரோடு உள்ள**
**மனிதத் தோலைத் தைக்கும்**
**மருத்துவர்களின் ஊசிகளுக்கு**
**பல சமயங்களில் இருப்பதில்லை.**
**கல்லுக்கு கர்ப்பம் என்றால் கூட**
**சிசேரியன்தான் செய்கிறார்கள்!.”**

- இந்தக் கவிதை உண்மைக்கு நெருக்கமாகவே உள்ளது. ஏனெனில் 2016ஆம் ஆண்டின் புள்ளிவிவரங்களின்படி இந்தியாவில் அதிகம் சிசேரியன் நடக்கும் மாநிலங்களில் தமிழகம் இரண்டாவது இடத்தில் இருந்தது.

சுகப்பிரசவத்தை விடவும் சிசேரியனுக்கு அதிகம் பணம் வசூலிக்கலாம் என்ற ஒற்றைக் காரணத்தால், ஒரு தாயின் வயிற்றைக் கிழிக்கும் கொடிய பாவத்தை பல மருத்துவர்கள் செய்கிறார்கள். முதல்முறை சிசேரியன் நடந்தால் பிறகு அடுத்து சுகப்பிரசவம் ஆகும் வாய்ப்பு பத்து சதவிகிதத்திற்கும்

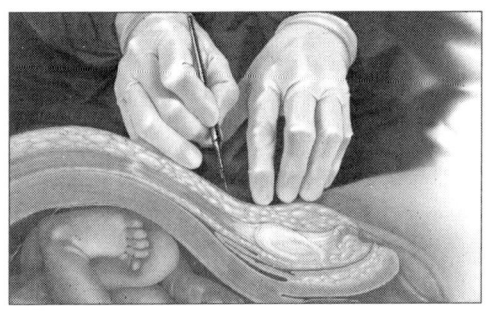

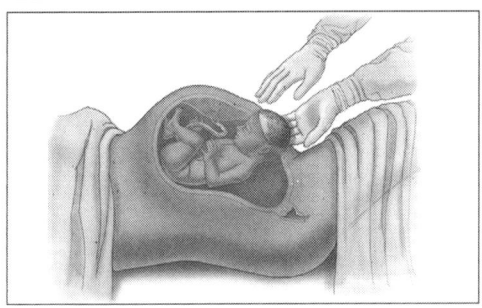

சிசேரியன் - இடமும் முறையும்

குறைவு என்பதால் சிசேரியன் தொடர்கதையாகின்றது. அதே சமயம் சிசேரியனை பெண்களின் உடல்நலப் பாதுகாப்பிற்கு என்று மட்டும் பயன்படுத்தும் நல்ல மருத்துவர்களும் சிலர் இருக்கவே செய்கிறார்கள்.

இவர்களின் முதல் உதாரணம் இங்கிலாந்து நாட்டைச் சேர்ந்த ஜேம்ஸ் பேரி என்ற ராணுவ மருத்துவர். 18ஆம் நூற்றாண்டில் வாழ்ந்த இவரே நவீன உலகின் முதல் சிசேரியனை வெற்றிகரமாக செய்தவர். அவரது வழிகாட்டுதல்கள் இன்றும் சிசேரியன்களில் பயன்படுகின்றன. தனது 66வது அல்லது 76ஆவது வயதில் அவர் இறந்த பின்னர் அவர் ஒரு ஆண் அல்ல பெண் என்ற உண்மை கண்டுபிடிக்கப்பட்டது. அன்றைய காலகட்டத்தில் பெண்கள் மருத்துவம் படிக்க பல்கலைக் கழகங்கள் தடை செய்திருந்ததால், ஆண் வேடமிட்டு படிக்கத் துவங்கிய பேரி, மகளிர் நல மருத்துவத்திற்காக தனது வாழ்நாள் முழுவதும் ஆணாகவே வாழ்ந்திருக்கிறார்!.

மருத்துவத்தில் வணிகப்பார்வை தோன்றுவதற்கு 2000 ஆண்டுகளுக்கு முன்னரே உலகில் சிசேரியன்கள்

மருத்துவர்
ஜேம்ஸ் பேரி

செய்யப்பட்டு உள்ளன. நம் தலைப்பில் உள்ள உலகின் முதல் சிசேரியன் குழந்தை யார்?

அமெரிக்க, ஐரோப்பிய நாட்டு மருத்துவமனைகளிலும், இந்திய மருத்துவமனைகளிலும் மகப்பேறு அறுவை சிகிச்சையை எண்ணி பயப்படும் கருவுற்ற பெண்களிடம் சொல்லப்படும் ஒரு தகவல் 'பயப்படாதீங்க, 2000 வருஷத்துக்கு முன்னாடி ஜூலியஸ் சீசரே அறுவை சிகிச்சையிலதான் பொறந்தாரு. அதனாலதான் அவருக்கு சீசர்ன்னு பேரு'. சீசர்தான் சிசேரியனில் பிறந்த முதல் குழந்தையா? முதலில் சீசர் ஒரு சிசேரியன் பிறப்பா?

ஜூலியஸ் சீசர்தான் சிசேரியனில் பிறந்த முதல் குழந்தை என்ற கருத்தின் வேர் வரலாற்று ஆசிரியர் மூத்த பிளினியின் ஒரு குறிப்பால் உண்டாகின்றது. அவர்தான் சீசருக்கு சிசேரியன் என்ற மகப்பேறு அறுவை சிகிச்சையால் அந்தப் பெயர் வந்தது என்ற கருத்தை முன்வைத்தார். ஆனால் அவர் சீசர்தான் சிசேரியனின் மூலம் பிறந்த முதல் குழந்தை என்று கூறவில்லை. சீசருக்கு முன்பு சிசேரியனின் பிறந்த எந்த அரசரையும் அறியாத உலகம் 'சீசரே முதல் சிசேரியன் குழந்தை' என்று ஏற்றுக் கொண்டது. ஆனால் இதை நாம் ஏற்பதில் ஒரு சிக்கல் உள்ளது.

கிறிஸ்து பிறப்பதற்கு முன்பு இருந்த ரோமானிய மருத்துவ முறைகளின்படி தாயைக் காப்பாற்ற முடியாத சூழலில் அல்லது தாய் இறந்துவிட்ட சூழலில் மட்டுமே குழந்தையைக் காக்க சிசேரியன் செய்யப்பட்டது. பெண்ணின் உடலைக் குழந்தையோடு புதைக்கக் கூடாது என்பதுதான் முதன்மைக் காரணம். இந்த வழக்கம் கிரேக்கர்களிடம் இருந்து ரோமானியர்களுக்கு வந்திருக்கலாம். ஏனெனில் கிரேக்க புராணங்களில் சூரியக் கடவுளான அப்பல்லோ, இறக்கும் நிலையில் இருந்த தன் மனைவியின் வயிற்றில் இருந்து தன் மகன் ஆஸ்க்லெபியஸ்ஸை பிளந்து எடுத்ததாகக் கதை ஒன்று உள்ளது. கி.மு. 700ல் ரோமானிய அரசர் நூமா

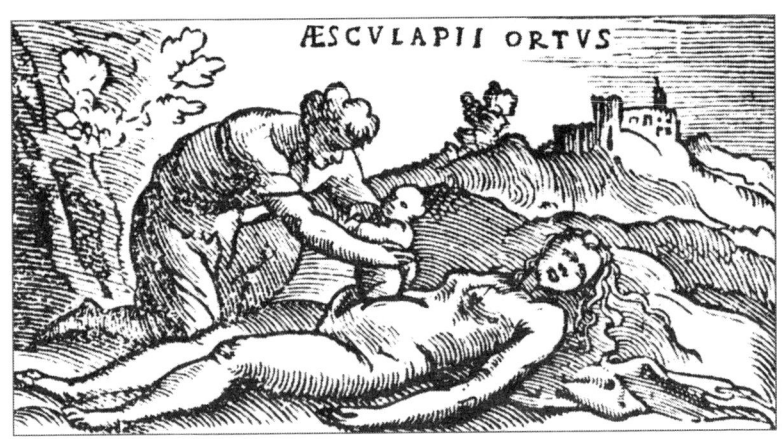

மகனை சிசேரியன் மூலம் வெளியே எடுக்கும் அப்பல்லோ

பொம்பிலியஸ் 'சாகும் நிலையில் உள்ள கர்ப்பிணியின் வயிற்றில் இருந்து குழந்தை பிரித்தெடுக்கப்பட வேண்டும்' என்றார். இதுதான் உலக வரலாற்றில் சிசேரியன் குறித்த முதல் குறிப்பு.

கிரேக்கர் மற்றும் ரோமானியர்களுக்கு மாற்றாக பாபிலோனில் இருந்த யூதர்கள் 'குழந்தையின் உயிரை விடவும் தாயின் உயிரே முக்கியம்' என்ற கருத்தை உடையவர்களாக இருந்தனர். தாயின் விலாப்பகுதியில் வெட்டை ஏற்படுத்தி, சாம் என்ற மருந்துக் கலவை மூலம் சதையைப் பிளந்து குழந்தையை இவர்கள் வெளியே எடுத்தார்கள். மகப்பேறு முடிந்த பின்னர் துணியால் காயத்தில் கட்டு போடப்பட்டது!. இந்த முறையில் குழந்தைகள் பிழைத்தனவா என்று தெரியவில்லை. பெரும்பாலான பண்டைய சிசேரியன்களில் தாய் அல்லது குழந்தை யாராவது ஒருவரே பிழைத்து உள்ளனர். ரோமாக இருந்தால் குழந்தை பிழைக்கும், பாபிலோனாக இருந்தால் தாய் பிழைப்பார். 19ஆம் நூற்றாண்டு வரையில் கூட சிசேரியனில் தாயா பிள்ளையா என்ற கேள்வியே முன்னின்றது. 1930களில் கத்தோலிக்க திருச்சபையின் சார்பில் போப் பதினொன்றாம் பியஸ் 'சிசேரியனில் குழந்தைகளைப் பலியிடக் கூடாது' என்று கருத்து சொன்னார்.

கிறிஸ்தவர்கள் போற்றும் பழைய ஏற்பாட்டின் 166வது பாடல் பிரசவ வேதனையில் உள்ள பெண்களுக்கான ஜெபத்திற்காக அருளப்பட்டது. அதன் வரிகள்:

'மரணத்தின் வலை என்னைச் சுற்றிப் பின்னிக்
கொண்டிருக்கின்றது.
நரகத்தின் வேதனை என்னை ஆட்கொண்டு வருகிறது.
ஆண்டவரே....
என் ஆத்மாவுக்கு விடுதலை அளியுங்கள் என்று உங்களை
நான் வேண்டுகிறேன்'

- இதிலிருந்து பிரசவ வேதனையின் தீர்வு தாயின் மரணமே என்ற பண்டைய எண்ணம் புலனாகின்றது.

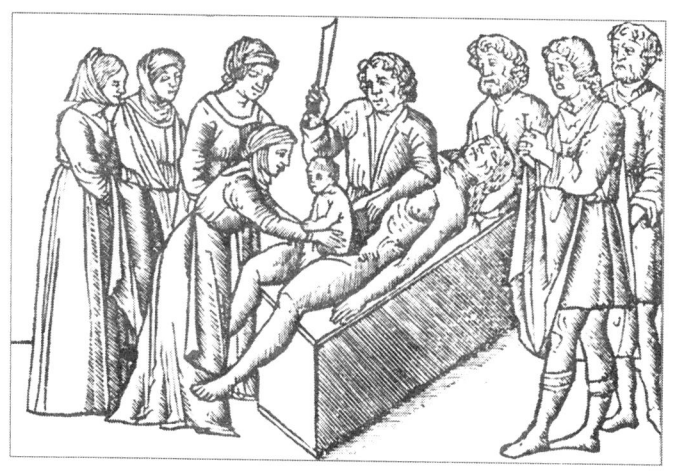

குழந்தையை மட்டும் காப்பாற்றும் பழைய முறை

ஆனால் ஜூலியஸ் சீசர் பிறந்த பிறகும்கூட அவரதுதாய் ஆரேலியா (Aurelia) உயிரோடு இருந்தார், அவர் குறிப்பிட்ட வயது வரையில் சீசரை வளர்த்தார் என்று ரோமானிய வரலாறு கூறுகின்றது. இதனால் சீசர் சிசேரியனால் பிறந்த குழந்தையே அல்ல என்பது உறுதியாகின்றது. ஐரோப்பிய வரலாற்று ஆய்வாளர்கள் பலரும் இதனையே கூறி உள்ளனர். சீசருக்கும் சிசேரியன் என்ற வார்த்தைக்கும் இடையே ஒரே ஒரு தொடர்புதான் உண்டு. சீசருக்கும் கிளியோபாட்ராவுக்கும் பிறந்த குழந்தையின் பெயர் சிசேரியன் என்பதுதான் அது.

இப்போது அடுத்த கேள்வி, சிசேரியன் முறையில் பிறந்த முதல் பிரபலமான குழந்தை யார்? இந்த பதிலை அறிய நாம் ரோமாபுரியில் இருந்து ஆசிய கண்டத்துக்கு மீண்டும் பயணித்து வர வேண்டும்.

இந்தியாவின் அண்டை நாடான சீனாவின் வரலாற்றில் மிக முக்கியமான வரலாற்று ஆசிரியர்களுள் ஒருவராகப் போற்றப்படும் லூசாங்(*Luzhong*)கின் ஒரு குறிப்பு, மஞ்சள் பேரரசனின் ஆறாவது தலைமுறையாக வந்த சீன அரசன் ஒருவனுக்கு 6 மகன்கள் இருந்ததாகவும் அவர்கள் அனைவருமே 'உடலை வெட்டி வெளியில் எடுக்கப்பட்டவர்கள்' என்றும் கூறுகின்றது. அப்படியானால் அந்த அரசருக்கு 6 மனைவிகள் இருந்திருக்க வேண்டும். அவரது காலம் கி.மு.இரண்டாம் நூற்றாண்டாகக் கருதப்படுகிறது. இதற்கு சான்று கூறும் விதமாக பெண்களின் உடலை வெட்டி குழந்தைகள் வெளியே எடுக்கப்படும் காட்சிகள் பல சீன ஓவியங்களில் காணப்படுகின்றன.

சீனாவிற்கு முன்பாகவே நமது இந்தியாவிலும் சிசேரியன் குழந்தைப் பிறப்புகள் நடந்துள்ளன. அதற்கான முக்கிய ஆதாரம் மவுரிய அரசர்களின் வரலாற்றில் உள்ளது. மவுரியப் பேரரசின் முதல் அரசர் சந்திரகுப்த மவுரியர். இவரது அரசியல் ஆலோசகரே சாணக்கியர் என்று அறியப்படும் கவுடில்யர். சந்திரகுப்தர் தனது காலத்தில் பேரரசராகவும் மாவீரராகவும் அறியப்பட்ட ஒருவர். மாவீரன் அலெக்சாண்டரின் வழியில், அவருக்குப் பின் அரசராகப் பதவியேற்ற அவரது படைத்தளபதி செலுக்கஸ்ஸை இவர் போரில் வென்றார். இந்த வெற்றி இவரை ஐரோப்பா முழுமையிலும் பிரபலப்படுத்தியது. இவர் செலுக்கஸ்ஸின் மகள் ஹெலனை இரண்டாவதாகத் திருமணம் செய்து கொண்டார். இவரது மூத்த மனைவியின் பெயர் துர்தரா.

மவுரியப் பேரரசு எப்போதும் எதிரிகளால் சூழப்பட்ட ஒன்று. இதனால் சந்திரகுப்தரின் உணவில் யாராவது விஷம் கலந்துவிடலாம் என்ற அபாயம் எப்போதுமே இருந்தது. ஒருவேளை விஷத்தை சந்திரகுப்தர் உண்டே விட்டாலும் அவருக்கு ஒன்றும் ஆகக் கூடாது என்று சாணக்கியர் எண்ணினார். இதனால் நெடுங்காலமாக விஷத்தை உணவில் கலந்து சந்திரகுப்தரை அதற்கு அவர் பழக்கினார். முதலில்

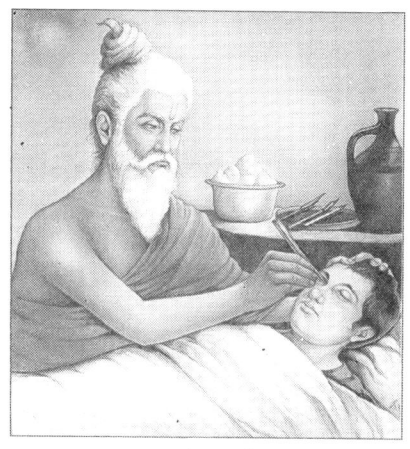 

சுஸ்ருதர்  பிந்துசாரர்

உணவுடன் மிகக் குறைவாகக் கலக்கப்பட்ட விஷத்தின் அளவு பின்னர் அதிகரித்துக் கொண்டே வந்து ஒரு சராசரி மனிதனைக் கொல்லும் அளவில் வந்து நின்றது. இதனால் எந்த பாதிப்பும் சந்திரகுப்தருக்கு ஏற்படவில்லை. இது அரண்மனையில் வேறு யாருக்கும் தெரியாது. இது போன்ற விஷத்தை விஷத்தால் முறிக்கும் வழக்கம் தமிழகத்திலும் முற்காலத்தில் இருந்துள்ளது. பாம்பு கடிக்க வாய்ப்புள்ள பகுதிகளில் வாழ்ந்தவர்கள் தங்கள் உடலையே விஷமாக்கித் தங்களைப் பாதுகாத்துக் கொண்ட பல மருத்துவக் குறிப்புகள் சித்த மருத்துவத்தில் உள்ளன).

இந்நிலையில் சந்திரகுப்தருக்கு வைக்கப்பட்டிருந்த உணவை ஒருநாள் அவரது முதல் மனைவி துர்தரா எடுத்து உண்டு விடுகிறார். அப்போது அவர் நிறைமாதம் கர்ப்பமாகவேறு இருக்கிறார். துர்தாரா விஷம் கலந்த உணவை உண்டதை அறிந்த சாணக்கியர் துர்தராவின் வயிற்றில் உள்ள குழந்தையை மட்டுமாவது காப்பாற்ற எண்ணுகிறார். அவரது வழிகாட்டுதலால் அறுவை முறையில் குழந்தை வெளியே எடுக்கப்படுகின்றது. தாய் பிழைக்கவில்லை. இந்த அறுவை சிகிச்சையை மேற்கொண்டவர் இந்தியாவின் புகழ்மிக்க ஆயுர்வேத மருத்துவரான சுஸ்ருதர்.

ஆனாலும் குழந்தையை வெளியே எடுப்பதற்குள்ளாகவே விஷத்தின் தாக்கம் துர்தராவின் கருப்பைக்குள் சென்றுவிட்டது.

இதனால் வெளியே எடுக்கப்பட்ட குழந்தையின் தலையில் நீலம் கட்டி ஒரு பொட்டைப்போல இருந்தது. அதனால் அந்தக் குழந்தைக்கு 'பிந்துசாரர்' (பிந்து - பொட்டு) என்று பெயர் வைக்கப்பட்டது. இவ்வாறாக பிந்துசாரர் பிறந்த ஆண்டு கி.மு.320. பிந்துசாராரின் மகனே பேரரசன் அசோகர்.

அறுவை சிகிச்சை குறித்து சாணக்கியர் விரைந்து ஒரு முடிவை எடுத்திருக்கின்றார் என்றால் அவருக்கு முன்பாகவே பலர் இந்த முறையை இந்தியாவில் முயன்று உள்ளனர் என்றே நாம் கொள்ள முடிகின்றது. இதனால் பிந்துசாரரும் முதல் சிசேரியன் குழந்தை அல்ல. ஆனால் அவர் சீசருக்குக் காலத்தால் மூத்தவர். மேலும் பிந்துசாரரின் பிறப்பை நேரில் கண்ட அவரது சிற்றன்னை ஹெலன் மூலமாகவே மகப்பேறு அறுவை சிகிச்சை ரோமானியர்களுக்கு அறிமுகமானது என்றும் இந்திய வரலாற்று ஆய்வாளர்கள் சிலர் கூறுகின்றனர். அதற்கு வாய்ப்புகளும் உள்ளன. இப்போது நாம் நமது ஆங்கில மருத்துவர்களுக்கு கூறலாம் 'சிசேரியனில் பிறந்த முதல் குழந்தை சீசர் அல்ல, அவருக்கு முன்பே எங்கள் பிந்துசாரர் சிசேரியனில்தான் பிறந்தார்' என்று.

ஆனால் சிசேரியன் கடைசியான தீர்வாக மட்டுமே இருக்க வேண்டும் என்பதுதான் வரலாறு நமக்கும் மனிதாபிமானமுள்ள மருத்துவர்களுக்கும் சொல்வது.

# 10

## ரேடியோவைக் கண்டறிந்தவர் யார்?

**நா**ம் இன்றுவரை நமது பாடப்புத்தகங்களில் 'ரேடியோவைக் கண்டறிந்தவர் மார்க்கோனி' என்றுதான் படித்துக் கொண்டிருக்கிறோம். குக்லில்மோ மார்க்கோனி கி.பி.1874ஆம் ஆண்டில் பிறந்த இத்தாலியர். இவர் ரேடியோவைத் தனது கண்டுபிடிப்பாக கி.பி.1896 ஜூன் 2 அன்று பிரிட்டனில் பதிவு செய்தார் (பதிவு எண்: 12, 309). பின்னர் அமெரிக்காவிலும் பதிவு செய்தார்.

கி.பி.1901 ஆம் ஆண்டில் இவரது முழுமை பெறாத வானொலியானது, அமெரிக்க ஆய்வுக் கூடத்தில் இருந்து வெளியே கூட வராதநிலையில் அப்போதைய அமெரிக்க அதிபர் தியோடார் ரூஸ்வெல்ட் அன்றைய பிரிட்டிஷ் அரசர் ஏழாம் எட்வர்டுக்கு எழுதிய வாழ்த்துச் செய்தியை தொலைதூண்டுதல் ஒலிகள் மூலமாக அனுப்பி சாதனை செய்தது. அன்று முதல் உலகமே இவரை உற்றுப் பார்க்க ஆரம்பித்தது.

கி.பி.1909ஆம் ஆண்டில் 'வானொலியைக் கண்டறிந்தவர்' என்ற அடிப்படையில்

உலகின் மிக உயர்ந்த விருதுகளுள் ஒன்றான 'நோபல்' பரிசு இவருக்கு இயற்பியல் பிரிவின் கீழ் வழங்கப்பட்டது. இவரது கண்டுபிடிப்பாகக் கருதப்படும் வானொலி இன்றும் உலகின் தலைசிறந்த தொலைதொடர்புக் கருவிகளுள் ஒன்று. கி.பி.1912ல் கடலில் மூழ்கிய டைட்டானிக் கப்பலில் இருந்து ஓரளவுக்காவது மக்கள் மீட்கப்பட்டார்கள் என்றால் அதற்குக் காரணம் வானொலி. இந்த எல்லையற்ற சாதனம் சமீபகால இயற்கைப் பேரிடர்களின் போதும் வாட்ஸாப்புடன் போட்டி போடுகின்றது.

மார்க்கோனி

இத்தனைச் செய்திகளும் நாம் படித்ததும் பார்த்ததும்தான். இவ்வளவு நேரம் நாம் பார்த்த வானொலியை இவ்வளவு நேரம் நாம் படித்த மார்க்கோனி கண்டுபிடிக்கவில்லை என்றால் நீங்கள் நம்புவீர்களா? நம்பித்தான் ஆகவேண்டும்!.

இன்னொரு பக்கம், 'ஏசி மின்னோட்டம்' என்று அழைக்கப்படும் ஆல்டர்நேட்டிவ் கரண்டைக் கண்டுபிடித்தவர் என்ற முறையில் நிக்கோலஸ் டெஸ்லா என்ற அறிவியலாளரை உங்களுக்குத் தெரிந்திருக்கலாம். கி.பி.1856ல் ஆஸ்திரியாவில் பிறந்த, செர்பிய இனத்தவர் டெஸ்லா. செர்பியர்கள் பொதுவாக ஐரோப்பியர்களால் கிள்ளுக்கீரைகளாகப் பார்க்கப்படுகிறவர்கள் என்பதையும் இங்கு நீங்கள் அறிந்து கொள்ள வேண்டும். கி.பி.1884 ஆம் ஆண்டில் தாமஸ் ஆல்வா எடிசனால் ஈர்க்கப்பட்ட டெஸ்லா அவருடன் பணிபுரிவதற்கு என்றே அமெரிக்காவுக்கு வருகிறார். இவரது திறமையை நன்கு உணர்ந்த எடிசன் சில குறிப்பிட்ட ஆராய்ச்சிகளை நிறைவேற்றித் தந்தால் 50,000 டாலர்கள் தருவதாக வாக்குக் கொடுக்கிறார். அதை நம்பி டெஸ்லாவும் வேலைகளை செய்து கொடுக்கிறார். உலகத்திற்கே பல்பு கொடுத்த எடிசன் டெஸ்லாவிற்கும் அதையே கொடுக்கிறார். டெஸ்லா எடிசனால் ஏமாற்றப்படுகிறார்.

டெஸ்லா

தாமஸ் ஆல்வா எடிசன்

எடிசனால் ஏமாற்றப்பட்ட அறிவியலாளர் டெஸ்லா மட்டுமே அல்ல என்பது கூடுதல் தகவல். 'எடிசன் ஆயிரத்திற்கும் மேற்பட்ட அறிவியல் கண்டுபிடிப்புகளைக் கண்டுபிடித்தார்' - என்று பல நூல்கள் அவரைப் போற்றுகின்றன. அவர் காப்புரிமை பெற்ற கண்டுபிடிப்புகளின் சரியான எண்ணிக்கையே 1093!. உலகப் புகழ்ப் பெற்ற லைஃப் இதழ், கடந்த 2000 ஆம் ஆண்டில் 'கடந்த 1000 ஆண்டுகளின் மிகச்சிறந்த 100 மனிதர்கள்' என்ற பட்டியலை வெளியிட்டது. அதில் மிகச் சிறந்த அறிவியலாளர் என்ற அடிப்படையில் எடிசனுக்கு பட்டியலின் முதல் இடம் வழங்கப்பட்டது! (மகாத்மா காந்திக்கு 22ஆவது இடம்).

ஆனால் ஆயிரத்திற்கும் மேலான கண்டுபிடிப்புகளைத் தன்பெயரில் பதிவு செய்து கொண்ட வியாபாரி என்பதே எடிசனைப் பற்றிய உண்மையான குறிப்பு. இவற்றில் சில திருடப்பட்டவையே. இது பற்றி எடிசனே ஒரு மேடையில்,

'வணிகத்திலும் தொழிலிலும் திருடாதவர்கள் யாரும் இல்லை, நான் திருடியிருக்கின்றேன். மற்றெல்லோரையும் விட எனக்கு எப்படித் திருடுவது என்று தெரியும்' - என்று பேசி இருக்கிறார்.

எடிசன் தனது பெல் ஆய்வுக் கூடத்தில் பல அறிவியல் அறிஞர்கள் மூலம் கண்டுபிடிப்புகளை உருவாக்கி, அவற்றைத் தனது பெயரில் பதிவு செய்து கொண்டார். பல அறிவியலாளர்களின் கண்டுபிடிப்புகளை வாங்கியும்,

சிலவற்றை ஏமாற்றி அபகரித்தும் தனது பெயரில் பதிவு செய்துள்ளார். எடிசனிடம் பிற விஞ்ஞானிகளைக் கண்காணிக்க உளவாளிகள் இருந்ததாகவும், எடிசனுக்கு பயந்தே பலர் தங்கள் அமெரிக்கப் பட்டறைகளை காலி செய்து கொண்டுபோய் பிறநாடுகளில் ஆய்வுகள் செய்ததாகவும் சமீபத்திய தகவல்கள் காட்டுகின்றன.

50,000 டாலர் கிடைக்காத நிலையில், எடிசனால் ஏமாற்றப்படுவதை உணர்ந்து, அவரிடம் இருந்து விலகிய டெஸ்லா கி.பி.1886ல் சொந்தமாக ஒரு தொழில்பட்டறையை ஏற்படுத்தி ஆய்வுகளில் ஈடுபட்டார். பின்னர் இவருக்கு மார்க்கோனியுடன் அறிமுகம் கிடைக்கின்றது. மார்கோனி அடுத்த எடிசனாக டெஸ்லாவின் வாழ்வில் அவதாரம் எடுக்கத் தொடங்குகிறார். கி.பி.1895ல் டெஸ்லா தனது இடைவிடாத அறிவியல் ஆய்வுகளின் பலனாக ‘ஒலி நீட்சி இயக்கத் தத்துவம்’ என்ற தத்துவத்தை நிரூபிக்கிறார். இந்தத் தத்துவம் கம்பி இல்லாமல் ஒலியை நெடுந்தொலைவுகளுக்குக் கடத்தும் செயல்பாட்டை அடிப்படையாகக் கொண்டது. இங்கே நாம் கவனிக்க வேண்டியது மார்கோனியின் ரேடியோ இந்தத் தத்துவத்தின் அடிப்படையில் செயல்பட்டது என்பதைத்தான்.

தத்துவம் மட்டும் அல்ல, மார்கோனி தனது ரேடியோவில் பயன்படுத்திய பாகங்களாக தானே தனது காப்புரிமைப் பத்திரத்தில் குறிப்பிட்டு இருந்த காயிலும் (மின்சுருள்) ஆண்டனாவும் கூட டெஸ்லாவின் முந்தைய கண்டுபிடிப்புகள்தான். டெஸ்லாவின் அறிமுகமே மார்க்கோனியை ரேடியோ உருவாக்க வழிநடத்தி இருக்கின்றது - என்பதை இவை அப்பட்டமாகக் காட்டுகின்றன.

அமெரிக்க அரசின் பாதுகாப்பு அமைப்பான டாட் (DOD - DEPARTMENT OF DEFENCE) டெஸ்லாவின் ஆய்வகத்தை ஒருமுறை சோதனையிட்டபோது அவரிடமிருந்த பல கண்டுபிடிப்புகளை பாதுகாப்பு ஆய்வுகளைக் காரணமாகக் கூறி கைப்பற்றி இருந்தது. அதில் இருந்தே தனக்குத் தேவையானவற்றை மார்க்கோனி திருட்டுத்தனமாகப் பெற்றார். இதில் அவருக்கு உதவியவர் தாமஸ் ஆல்வா எடிசன்!. மார்க்கோனி இப்படியாகத் தனது கண்டுபிடிப்புகளைத் திருடி

ரேடியோவை உருவாக்கியது குறித்து டெஸ்லா கி.பி.1915ஆம் ஆண்டு முதல் வழக்குகளைத் தொடுக்க ஆரம்பித்தார்.

நோபல் பரிசுபெற்ற விஞ்ஞானியான மார்க்கோனி மீது வசதியற்ற அறிவியலாளர் டெஸ்லா தொடுத்த வழக்குகள் அடுத்தடுத்து தோல்வியடைந்தன. டெஸ்லா பெரிதும் அலைக்கழிக்கப்பட்டார். இறுதியாக 28 ஆண்டுகால சட்டப் போராட்டங்களுக்குப் பிறகு கி.பி.1943ஆம் ஆண்டில் டெஸ்லாவின் கண்டுபிடிப்புதான் ரேடியோவின் ஆதாரம் என்று அமெரிக்க நீதிமன்றம் ஒருவழியாகத் தீர்ப்பு வழங்கியது. ஆனால் தீர்ப்பு வருவதற்கு சில மாதங்கள் முன்புதான் டெஸ்லா இறந்திருந்தார்.

டெஸ்லா அடிப்படையில் ஒரு மிகச்சிறந்த அறிவியல் அறிஞர். மின்காந்தவியல், காந்த இயக்கத் தத்துவம், அணு இயற்பியல், ஒலித்தூண்டல் ராடார், தொலை இயக்கமாட்சி, புவி ஈர்ப்பு தத்துவம் - என்று பலதுறைகளிலும் அவரது ஆராய்ச்சிகள் உள்ளன. அவற்றில் பல இன்று நாம் அன்றாடம் பயன்படுத்தும் சாதனங்களை இயக்கிக் கொண்டும் இருக்கின்றன. இத்தனை இருந்தும் டெஸ்லா தனது வாழ்நாளில் உரிய அங்கீகாரம் எதனையும் பெறவேயில்லை. கி.பி.1912 மற்றும் 1915ஆம் ஆண்டுகளில் அவர் இரண்டுமுறை நோபல் பரிசுக்கு பரிந்துரைக்கப்பட்டும் அவருக்கு நோபல் பரிசு வழங்கப்படவில்லை. எடிசனின் உளவாளிகளும், மார்க்கோனியின் வழக்குரைஞர்களும் அந்த விஞ்ஞானியை வாழ்நாளெல்லாம் படுத்தி எடுத்தார்கள். அத்தனைத் துன்பங்களுக்கு மத்தியில்தான் டெஸ்லா 411 கண்டுபிடிப்புகளுக்குக் காப்புரிமை பெற்றார். எக்ஸ்ரே, வாக்யூம் டியூப்புகள், நியான் பல்புகள், ஸ்பீடோ மீட்டர் என்று நாம் அனுதினம் பயன்படுத்தும் பல கண்டுபிடிப்புகள் டெஸ்லாவின் திருடப்பட்ட குழந்தைகளே.

டெஸ்லா நவீன அறிவியலாளர்களின் ஆச்சர்யங்களுள் ஒன்றாகத் திகழ்பவர். புகழ்பெற்ற ஹாலிவுட் இயக்குநர் கிறிஸ்டோபர் நோலன் தனது ‘பிரஸ்டீஜ்’ படத்தில் எல்லையற்ற அறிவியல் ஆற்றலாளராக டெஸ்லாவைக் காட்டி இருப்பார். நவீன அமெரிக்கா டெஸ்லாவை இப்போது அப்படித்தான் பார்க்கின்றது.

எடிசன் தன் வாழ்நாளில் சில அறிவியலாளர்களுக்கு உதவி இருக்கிறார். மார்க்கோனி, கிரஹாம்பெல், ஃபோர்டு - ஆகிய வணிகப்பார்வை உள்ள கண்டுபிடிப்பாளர்கள் அவரால் பலன் பெற்றார்கள். ஆனால் டெஸ்லாவைப் போன்ற தூய அறிவியலாளர்களால் அறிவியலை வணிகமாக்கும் தனது பயணத்தில் சிக்கல்கள் வரலாம் என்று எடிசன் கருதினார். அவர் கருதியபடிதான் டெஸ்லாவும் இருந்தார். மிக அதிகத் தொகையை செலவு செய்து தனது டி.சி மின்சாரத்தை (D.C. - DIRECT CURRENT) எடிசன் மேம்படுத்திக் கொண்டிருந்த போது டெஸ்லா, ஏ.சி. மின்சாரத்தை (A.C. - ALTERNATIVE CURRENT) கண்டுபிடித்தார். இது எடிசனின் மின்சாரத்தை விடவும் பலம் வாய்ந்ததாகவும் விலை குறைவானதாகவும் இருந்தது. ஏ.சி. மின்சாரத்தை செலவில்லாமல் எப்படி உற்பத்தி செய்வது என்று டெஸ்லா நயாகரா நீர்வீழ்ச்சியில் மக்களுக்கு டெமோ காண்பிக்க, எடிசனோ கடுப்பின் உச்சத்திற்கு சென்றார்.

தன்னைப் புகழின் உச்சிக்குக் கொண்டு சென்ற மின்விளக்கை எடிசன் மேம்படுத்திக் கொண்டிருந்தபோது, டெஸ்லா பிளாரசண்ட் விளக்கையும், நியான் விளக்கையும் புதிதாகக் கண்டுபிடித்தார். குறிப்பாக டெஸ்லாவின் நியான் விளக்குகள் எடிசனின் மின் விளக்கைப் போல 20 மடங்குகள் வரை அதிக ஆற்றலோடு இருந்தன. இதெல்லாம் டெஸ்லா மீது எடிசன் தீராத வெறுப்பும் பகையும் கொள்ளக் காரணமாக அமைந்தன.

பொதுமக்கள் டெஸ்லாவின் ஏ.சி. மின்சாரத்திற்கு மாறுவதைத் தடுக்க, ஏ.சி. மின்சாரத்தை 'அபாயகரமான மின்சாரம்' என்று எடிசன் பிரசாரம் செய்தார். 1903 ஆம் ஆண்டில் பொதுமக்கள் முன்னிலையில் டாப்ஸி என்ற சர்க்கஸ் யானை மீது டெஸ்லாவின் ஏ.சி. மின்சாரத்தை எடிசன் பாய்ச்சினார். 6600 வாட்ஸ் மின்சாரம் பாய அந்த யானை துடிதுடித்துச் செத்தது. "யானைக்கே இந்த நிலைதான்... அப்போது மனிதர்களுக்கு?"- என்று எடிசன் மக்களை அச்சுறுத்தினார். டாப்ஸியின் இறப்பு வீடியோவாக எடுக்கப்பட்டு உலகின் பல்வேறு பகுதிகளில் காட்டப்பட்டது (இப்போதும் இந்த வீடியோ யூ டியூப்பில் உள்ளது!.)

அமெரிக்காவில் அன்றைக்கு 'மரண தண்டனையை எப்படி எளிதாக நிறைவேற்றுவது?' என்று அரசு அதிகாரிகள் சிந்தித்து கொண்டிருந்தனர். மின்சார நாற்காலிகள் மூலம் அரசு அதனை நிறைவேற்ற எடிசன் தன் ஆதரவை வழங்கினார். அந்த மரண நாற்காலிகளில் ஏ.சி. மின்சாரத்தை பயன்படுத்தும்படி தன் செல்வாக்கால் அவர் செய்ய வைத்தார். இதன் மூலம் ஏ.சி கரண்ட் என்றால் மரண தண்டனையை நிறைவேற்றும் கரண்ட் என்ற எண்ணத்தை மக்களுக்குள் அவர் விதைத்தார்.

இவ்வளவு மெனக்கெட்டு ஏ.சி. மின்சாரத்தைக் குறை சொன்ன எடிசன், டெஸ்லா இறந்த பின்னர் தன் டி.சி. மின்சாரத்தைக் கைவிட்டு, தானே ஏ.சி. மின்சாரத்துக்கு மாறினார் என்பது வேறு கதை!. உயிரோடு இருந்த போது டெஸ்லாவுக்குக் கிடைக்காத பல அங்கீகாரங்கள் அவரது மறைவிற்குப் பிறகு உண்மையை உணர்ந்த சில நாடுகளாலும் நண்பர்களாலும் அவருக்கு அளிக்கப்பட்டன. செர்பியா, யுகோஸ்லோவியா ஆகிய நாடுகள் டெஸ்லாவின் உருவத்தை

பணத்தாள்களில் டெஸ்லா

தங்கள் நாடுகளின் பணத்தாள்களில் அச்சிட்டு வெளியிட்டன. இன்றைய உலகம் டெஸ்லாவுக்காக தனது இதயத்தில் ஈரம் சுமக்கிறது.

ஆனால், நான் இந்தக் கட்டுரையை எழுதுவதற்கு வெகுகாலம் முன்பாகவே, அமெரிக்க நீதிமன்றம் டெஸ்லாவின் பக்கம் தீர்ப்பு தருவதற்கும் முன்பாகவே, தமிழகத்தில் ஒருவர் டெஸ்லாவை நன்றாக அறிந்திருந்தார். அவர் மார்க்கோனியைப் பற்றி 'களவாணி மார்க்கோனி' என்ற தலைப்பில் ஒரு கட்டுரையும் எழுதினார். அவரையும் அவரது கட்டுரையையும் அன்றைய தமிழகம் ஏற்காதது ஒரு பெரும் குறையே. அந்தக் கட்டுரையாளரின் பெயர் சி.சுப்பிரமணிய பாரதியார்!.

இப்போது சொல்லுங்கள் ரேடியோவைக் கண்டுபிடித்தவர் யார்?

# 11

## டி.என்.ஏ.வைக் கண்டறிந்தவர் யார்?

டி ஆக்ஸிரிபோ நியூக்ளிக் ஆசிட் (Deoxyribo Nucleic Acid) - என்பதன் சுருக்கம்தான் டி.என்.ஏ., இரண்டு நீளமான சங்கிலிகளை முறுக்கியது போன்ற வடிவத்தில் டி.என்.ஏ. இருக்கும். இந்த வடிவ அமைப்புக்கு ஆங்கிலத்தில் டபுள் ஹெலிக்ஸ் (double helix) என்று பெயர். நியூக்ளியோடைடுகள் (Nucleotides) என்று அழைக்கப்படும் நான்கு உட்கரு அமில மூலங்களால் டி.என்.ஏ. உருவாக்கப்படுகிறது.

ஒரு மனிதனின் உருவத்தையும் பண்புகளையும் தீர்மானிப்பது டி.என்.ஏ.தான். அதன் மூலமாகத்தான் போன தலைமுறையின் பண்புகளும் உருவ அமைப்பும் நமக்கு கடத்தப்பட்டு உள்ளன. நமது பண்புகளும் உருவ அமைப்பும் நமது வாரிசுகளுக்கு கடத்தப்படுகின்றன. டி.என்.ஏ. பற்றிய பல செய்திகளை நாம் வகுப்பறைகளில் விரிவாகவே படித்து இருப்போம். இப்போது நாம் விடை காண வேண்டிய கேள்வி இதனைக் கண்டுபிடித்தவர் யார்?

ஜேம்ஸ் வாட்ஸன், ஃபிரான்சிஸ் கிரிக் ஆகியோர் டி.என்.ஏவைக் கண்டறிந்தனர் என்பதும், மொரிஸ் வில்கின்ஸ் என்பவருடன் இந்த கண்டுபிடிப்பிற்காக அவர்கள் நோபல் பரிசைப் பகிர்ந்து கொண்டனர் என்பதும் நமது பாடநூல்களில் உள்ள தகவல்கள்.

டி.என்.ஏ.வில் மனிதப் பண்புகளின் கூறுகள் உள்ளன என்பதை வெகுகாலம் முன்பே அறிவியல் உலகம் அறிந்திருந்தாலும், அதில் இருந்த விலகாத புதிர் டி.என்.ஏ.வின் வடிவம் எவ்வாறு இருக்கும் என்பதுதான். டி.என்.ஏ.வின் வடிவம் தெரியாமல் அதைப் பயன்படுத்த முடியாது. இந்த புதிரை விடுவித்து டி.என்.ஏ.வின் வடிவத்தை முதன் முதலில் மக்களுக்கு விளக்கியவர், இந்த நோபல் பரிசுக்கு முதன்மையாக பரிந்துரைக்கப்பட்டு இருக்க வேண்டியவர் மேற்கண்ட மூவர் பட்டியலில் இல்லாத, நமது பாடப் புத்தகங்களிலும் பதிவு செய்யப்படாத ஒருவர் என்றால்

பிரான்சிஸ் கிரிக்

ஜேம்ஸ் வாட்சன்

மோரீஸ் வில்கின்ஸ்

ரோஸலிண்ட் ஃப்ராங்க்லின்

நீங்கள் நம்புவீர்களா? அவர் பெண் அறிவியலாளரான 'ரோஸலிண்ட் ஃப்ராங்க்லின்'.

எக்ஸ்ரே கதிர்களை இயக்கி பொருட்களின் உள்கட்டமைப்புகளைப் பதிவு செய்யும் 'எக்ஸ்ரே கிறிஸ்டலோகிராஃபர்' பணியில் நன்றாகத் தேர்ச்சி பெற்றிருந்த ரோஸலிண்ட் கல்வித்தகுதியின் அடிப்படையில் ஒரு உலோகவியல் ஆய்வாளர். ஆனால் அன்றைய காலகட்டத்தில் உயிரியல் துறை சந்தித்துக் கொண்டிருந்த வளர்ச்சி, ரோஸ் தன் திறமையை உயிரியல் துறையின் பக்கம் திருப்பத் தூண்டியது.

டி.என்.ஏ. குறித்த ஆய்வுகள் கி.பி.1869ஆம் ஆண்டில் இருந்தே தொடங்கிவிட்டாலும், அதன் முழுமையான முடிவு எட்டப்படவில்லை. அன்றைய ஆய்வாளர்களின் முக்கிய கேள்வியான 'டி.என்.ஏவின் வடிவம் என்ன?' என்ற கேள்விக்கு விடை காண தனக்குத் தெரிந்த வழிமுறைகள் மூலம் ரோஸ் முயன்று வந்தார். மொரிஸ் வில்கின்ஸ் அப்போது வேலை செய்துவந்த கிங்ஸ் கல்லூரியில் அவரது சக பணியாளராக ரோஸ் வேலைக்குச் சேர்ந்தார். மொரிசுக்கும் டி.என்.ஏ. ஆராய்ச்சியில் ஆர்வம் இருந்தது. அவரும் தனது வழிமுறைகளில் ஆய்வுகள் செய்துகொண்டிருந்தார்.

கி.பி.1952ஆம் ஆண்டில் (1953 என்றும் சொல்லப்படுகிறது) ரோஸின் வழிகாட்டுதலில் இருந்த ஆய்வு மாணவர் ரேமண்ட் காஸ்லிங் என்பவர் டி.என்.ஏ.வின் வடிவத்தை எக்ஸ்ரே கதிர்களின் துணையுடன் படம் எடுத்தார். டி.என்.ஏ.வின் முதல் புகைப்படம் அதுதான். அப்போது 'ஃபோட்டோ 51' என்ற பெயரில் இந்தப் புகைப்படம் அறியப்பட்டு, கிங்ஸ் கல்லூரி முழுவதும் பேசப்பட்டது, இந்தப் புகைப்படத்தின் மூலம் அறிந்து கொண்டவற்றை ரோஸ் மேடைகளில் எல்லோருக்கும் விளக்கினார். அப்போது கிரிக் ஒரு ஆர்வமுள்ள பார்வையாளராக இருந்து அதைக் கவனித்துக் கொண்டிருந்தார். பின்னர் டி.என்.ஏ. குறித்த ஆய்வுகளில் முழுவதுமாக இறங்க ரோஸின் பேச்சுதான் அவருக்குத் தூண்டுதலைத் தந்தது. வாட்ஸன் அந்த காலகட்டத்தில் ரோஸின் போட்டி ஆய்வாளராக இருந்தார்.

மொரிஸ் அடிக்கடி ரோஸிடம் அந்த ஃபோட்டோ 51 புகைப்படத்தைக் கேட்க, அவரது தனிப்பார்வைக்காக

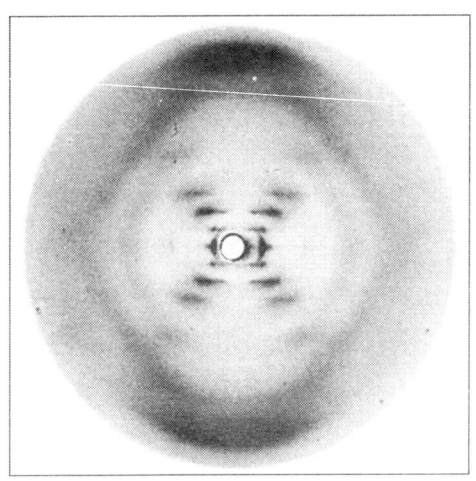

ஃபோட்டோ 51

மட்டும் டி.என்.ஏ.வின் புகைப்படத்தை ரோஸ் கொடுத்தார். மொரிஸ் அதை எதிர்முகாமில் இருந்த வாட்ஸனுக்கு ரோஸின் அனுமதி பெறாமல் கொடுத்தார். அந்தப் புகைப்படத்தை அடிப்படையாக வைத்து கி.பி.1953ஆம் ஆண்டின் பிற்பகுதியில் வாட்ஸன் டி.என்.ஏவின் வடிவம் குறித்த தனது ஆய்வை வெளியிட்டார். இந்த ஆய்வு அறிவியல் உலகில் பல அதிர்வலைகளை உண்டாக்கியது. சில ஆண்டுகள் கழித்து கி.பி.1962ஆம் ஆண்டில் 'டி.என்.ஏவைக் கண்டுபிடித்தவர்கள்' என்ற அடிப்படையில் வாட்ஸன், கிரிக், மொரிஸ் ஆகிய மூவருக்கும் நோபல் பரிசு கிடைத்தது. சரி ரோஸ் என்ன ஆனார்?

ஆபத்தான எக்ஸ்ரே கதிர்களைத் தனது ஆய்வுகளில் பயன்படுத்தியதன் விளைவாக சினையக புற்றுநோயால் பாதிக்கப்பட்ட ரோஸ் டி.என்.ஏ. கண்டுபிடிப்பிற்கு நோபல் பரிசு வழங்கப்படும் முன்பாகவே கி.பி. 1958ல் உயிரிழந்துவிட்டார். அப்போது அவருக்கு 37 வயதே ஆகியிருந்தது. நோபல் பரிசுகள் இறந்த நபருக்கு வழங்கப்படுவதில்லை என்ற காரணத்தால் அவருக்கு நோபல் பரிசு கிடைக்கவில்லை. பரிசைப் பகிர்ந்து கொண்ட மூன்று ஆண்களும் சக அறிவியல் ஆய்வாளர்களும் மிக இளவயது பெண் ஆய்வாளரான ரோஸை வரலாற்றின் பக்கங்களில் கச்சிதமாக இருட்டடிப்பு செய்து

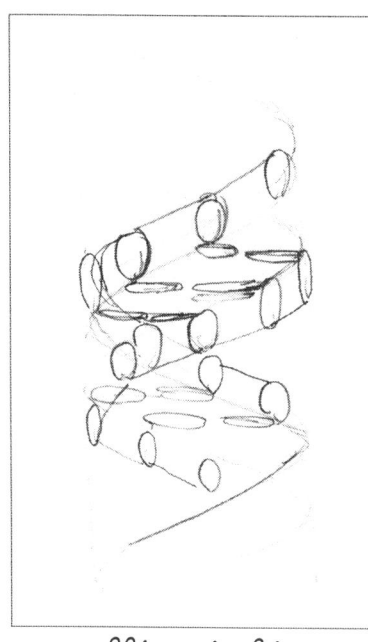

கிரிக், வாட்சனின்
டி.என்.ஏ. மாதிரி

விட்டனர். அந்த நோபல் மேடையில் ரோஸின் பெயர் உச்சரிக்கப்படவேயில்லை.

அமைதிக்கான நோபல் பரிசு அறிவிக்கப்படும் முன்பே மகாத்மா காந்தி கொல்லப்பட்ட போது 'அமைதிக்கான நோபல் பரிசைப் பெற தகுதியானவர் இப்போது உயிரோடு இல்லை' என்று அறிவித்த நோபல் பரிசுக் கமிட்டி ரோஸின் தியாகத்தை ஒரேயடியாக உதாசீனம் செய்தது.

ரோஸினால் உந்தப்பட்டவர், ரோஸிடம் இருந்து உதவி பெற்றவர், ரோஸின் ஆய்வைத் திருடியவர் ஆகிய மூவர்தான் இன்றைக்கு டி.என்.ஏவைக் கண்டறிந்த விஞ்ஞானிகளாக அறியப்படுகிறார்கள். சாதனையாளர்களிடம் எதிர்பார்க்கப்படும் முக்கிய தகுதி, அவர்கள் அங்கீகாரம் வரும்வரையில் உயிரோடு இருப்பதுதானோ என்னவோ?.

## 12

## ராக்கெட்டைக் கண்டறிந்தவர் யார்?

**அ**ப்துல் கலாம் புண்ணியத்தில் இந்தியாவின் எந்த ஒரு மாநிலத்தை விடவும் தமிழகத்திற்கு ராக்கெட் குறித்த அறிமுகம் அதிகம்.

தீபாவளி ராக்கெட்டுகள் முதல் செயற்கைக் கோள்களை வானவீதியில் நிறுத்தும் பிரம்மாண்ட விண்வெளி ராக்கெட்டுகள் வரையில் அத்தனை ராக்கெட்டுகளையும் வாய் பிளந்து பார்க்கும் நம் அனைவருக்கும் ராக்கெட் என்ற ஏவூர்தியைப் பற்றி கொஞ்சமாவது தெரியும்.

ராக்கெட்டைக் கண்டு பிடித்தவர் யார் என்று கூகுளில் போட்டுத் தேடினால் உடனே விடையாகக் கிடைக்கும் பெயர் 'வெர்னர் வான் பிரவுன்'. இவர் இரண்டாம் உலகப் போரில் நாஜிப் படைக்காக வேலை பார்த்த ஒரு ஜெர்மானிய விஞ்ஞானி. பின்னாட்களில் அமெரிக்காவிற்காக நாசாவிலும் வேலை பார்த்தவர். இவரைப் பற்றிப் பார்க்கும் முன்னர் முதலில் ராக்கெட்டைப் பற்றிப் பார்ப்போம்.

இந்த உலகின் பெரும் ஆட்சியாளர்களை தீர்மானித்த சாதனங்களாக போர்க்கள ஆயுதங்கள் எப்போதும் இருந்து இருக்கின்றன. 21 அடி நீள ஈட்டியைப் பயன்படுத்திய அலெக்ஸாண்டர், பீரங்கியை முதன்முதலாகப் பயன்படுத்திய பாபர், காம்பவுண்ட் போ எனப்படும் நவீன வில்லைப் பயன்படுத்திய செங்கிஸ்கான் ஆகியோர் நாமறிந்த உதாரணங்கள். இவர்களுக்குப் பின்னர் இந்த வரிசையில் வசதியாக வந்து உட்கார்ந்து இருப்பவர் அடால்ஃப் ஹிட்லர்.

பதுங்குக் குழிகளை ஐரோப்பியப் போர்க்களங்களுக்கு அறிமுகப்படுத்திய அவர்தான் ராக்கெட்டுகளையும் அங்கு அறிமுகப்படுத்தினார். போரில் ராக்கெட்டுகளை ஆயுதமாகப் பயன்படுத்த வேண்டும் என்ற திட்டம் ஹிட்லரால் கி.பி.1930களிலேயே வகுக்கப்பட்டது. இதற்காக கி.பி.1927ஆம் ஆண்டில் 'ஜோஹன்னஸ் விங்கிளார்' என்பவரின் தலைமையில் ஒரு தனி ஆராய்ச்சிக் கூடத்தையே ஹிட்லர் தொடங்கி வைத்தார். விங்கிளார்தான் அந்தப் பணியைச் செம்மைப்படுத்த வெர்னர் வான்பிரவுனைத் தேர்ந்தெடுத்தார். இரண்டாம் உலகப்போரில் வெர்னரின் தலைமையிலான அறிவியலாளர்கள் குழு உருவாக்கிய ராக்கெட்டுகள் போரின்போது சுமார் 1750 நேசநாட்டு வீரர்களைக் கொன்று குவித்தன. போர்க்களத்தில் புகுந்த ராக்கெட்டுகளால் ஐரோப்பிய நாடுகளை அச்சமும் ஆச்சர்யமும் சூழ்ந்தன.

ஆனால் இரண்டாம் உலகப்போரின் முடிவு ஜெர்மனிக்குப் பாதகமாக அமைய, ஜெர்மனியைத் தோற்கடித்து, ரஷ்யப்படைகள் உள்ளே புகுந்தன. போரின் போது ரஷ்யாவுடன் இருந்த அமெரிக்கப் படையினரும் அமெரிக்க உளவாளிகளும் கூடவே உள்ளே நுழைந்து அங்கே வெர்னரை தேடத் தொடங்கினார்கள். இந்த ரகசியத் திட்டத்திற்கு 'ஆபரேசன் பேப்பர் கிளிப்' என்று பெயரும் வைக்கப்பட்டது. இந்தத் திட்டத்தில் வெற்றி அடைந்த அமெரிக்கா தன் உடனேயே இருந்த ரஷ்ய வீரர்களின் கண்களில் மண்ணைத் தூவிவிட்டு வெர்னரையும், அவரது சக விஞ்ஞானிகள் சிலரையும் தனது நாட்டிற்குக் கொண்டு சென்றது. அமெரிக்காவில் விண்வெளி ஆய்வுகள் தொடங்கியது இப்படித்தான். அதே சமயம்

மீதமிருந்த ராக்கெட் விஞ்ஞானிகள் சிலர் ரஷ்யாவிடமும் சிக்கினர். அவர்களைக் கொண்டு ரஷ்யாவும் ஆய்வுகளைத் தொடங்கியது. பிற்காலத்தில் ரஷ்யாவும் அமெரிக்காவும் விண்வெளி அறிவியலில் அடுத்தடுத்து வெற்றிகளைப் பெற்றது இந்தக் கடத்தல்கள் மூலம் கிடைத்த அறிவியல் தொழில் நுட்பங்களால்தான்.

வெர்னர் வான் பிரவுன்

அமெரிக்காவுக்கும் ரஷ்யாவிற்கும் ராக்கெட் தொழில்நுட்பம் ஜெர்மனியில் இருந்து கிடைத்தது. ஜெர்மனிக்கு யாரிடம் இருந்து கிடைத்தது? - இந்தக் கேள்விக்கான பதில் நாம் அனைவரும் அறிய வேண்டிய ஒன்று.

ராக்கெட்டின் அடிப்படைத் தொழில்நுட்பம் மிகவும் தொன்மையானது. கி.மு.375ஆம் ஆண்டில் கிரேக்கத்தில் வாழ்ந்த ஆர்கிடஸ் என்ற அறிவியலாளர் நீராவியின் உந்துவிசையால் சுமார் 200 மீட்டர்கள் பறக்கக் கூடிய 'தி பீஜியன்' என்ற பறவை ஒன்றை வடிவமைத்தார். இதுதான் உந்துவிசையால் இயங்கிய முதல் கலம். ராக்கெட்டின் அடிப்படை முன்மாதிரி. இதுபோன்ற முயற்சிகள் அப்போது உலகின் பல்வேறு பகுதிகளிலும் நிகழ்ந்திருக்க வேண்டும். மக்கள் அவற்றை ஓரளவாவது அறிந்திருக்க வேண்டும், ஏனெனில் தமிழ் உலகின் ஐம்பெருங்காப்பியங்களில் ஒன்றான சீவக சிந்தாமணியில் பறவை போன்றே பறக்கத்தக்க 'மயில் பொறி' என்ற ஊர்தியை திருத்தக்கதேவர் காட்டியுள்ளார். இதில் 'மயில் பொறி' எவ்வாறு எழும்பும் எவ்வாறு தரை இறங்கும் என்றெல்லாம் தெளிவாக அவர் வர்ணித்து உள்ளார். புஷ்பக விமானம் என்ற பறக்கும் கலன் குறித்த குறிப்புகள் ராமாயணத்தில் காணப்படுகின்றன (கம்பராமாயணத்தில் கம்பர் இராவணனின் புஷ்பக விமானம் தளத்தில் ஓடி மேலேறியதாக எழுதுகிறார். இது ரன்வேயில் ஓடும் விமானத்தை ஒத்த வடிவமைப்பு. இதைக் கம்பர் எப்படிக் கணித்தார் என்று தெரியவில்லை. இது வேறு ஆய்வு).

ஏலியோபைல்

ஆர்கிடஸின் கண்டுபிடிப்பினால் உந்துதல் பெற்ற எகிப்திய பொறியாளர் ஹெரோன் என்பவர் 'ஏலியோபைல்' என்ற நீராவியால் இயங்கும் சாதனம் ஒன்றைக் கண்டுபிடித்தார். இது நீராவியால் சுழலும் ஒரு கோளம் ஆகும். இதனை சமகால மக்கள் ஒரு விளையாட்டுப் பொருளாகப் பார்த்தாலும், பிற்காலத்தில் நீராவி ரயில்கள் போன்ற பிரம்மாண்ட அறிவியல் சாதனங்கள் உருவாக்கப்பட இந்தக் கண்டுபிடிப்பு அடிப்படையாக இருந்தது (முதல் நீராவி எஞ்சினின் பெயர் 'ராக்கெட்' என்பது இங்கு கவனிக்க வேண்டியது).

கார்பன், கந்தகம், சால்ட்பெட்டர் இவற்றின் கலவையான வெடிமருந்தைப் பற்றி ஏற்கனவே அறிந்திருந்த சீனதேசம், நீராவிக்கு பதிலாக வெடிமருந்தைக் கொண்டு ராக்கெட்டுகளை வடிவமைக்க முயற்சிகள் மேற்கொண்டது. 800 ஆண்டுகால ஆய்வுகளுக்குப் பிறகு கி.பி.9ஆம் நூற்றாண்டில் மூங்கில் குழாயில் அடைக்கப்பட்ட வெடிமருந்தைக் கொண்டு இயங்கும் ராக்கெட்டுகளை சீனா தயாரித்தது. முதலில் இவை வில்லைக் கொண்டு அம்பு போல ஏவப்பட்டன, பின்னர் தானே கிளம்பி, குறித்த திசையில் செல்லக்

கூடியவையாக அவை புறவடிவம் பெற்றன. சீனர்களுடனான போர்களில் அவர்களது ராக்கெட்டுகளைக் கண்டு வியந்த மங்கோலிய அரசர் செங்கிஸ்கான் சீன அறிவியலாளர்களை வளைத்து அவர்களிடமிருந்து ராக்கெட் தொழில்நுட்பத்தைக் கண்டறிந்தார். கி.பி.1241ஆம் ஆண்டில் ஐரோப்பிய நாடான ஹங்கேரி மீது செங்கிஸ்கான் தனது ராக்கெட்டுகளுடன் படையெடுத்து வெற்றி கொண்டார். ஐரோப்பிய நாடுகள் இப்போதுதான் முதன்முதலாக ராக்கெட்டுகள் பற்றி அறிந்து கொண்டன. கி.பி.14ஆம் நூற்றாண்டில் கொரியாவும் ராக்கெட் ஆய்வுகளில் கால் பதித்தது.

ஆனால் இவர்கள் அனைவரையும் தாண்டி இன்றைய ராக்கெட்டின் அடிப்படை மாதிரியை வடிவமைத்தவர்கள் என்ற பெருமைக்கு உரியவர்களாக இரண்டு அரசர்கள் வரலாற்றில் உள்ளார்கள். அவர்கள்தான் மரம், மூங்கில் ஆகியற்றைத் தவிர்த்துவிட்டு ராக்கெட்டில் முதன்முதலாக உலோகப் பகுதிகளைப் பயன்படுத்தியவர்கள். சுமார் 10,000 ராக்கெட்டுகளை வெற்றிகரமாக வடிவமைத்தவர்கள், ராக்கெட் தயாரிப்பு குறித்த குறிப்புகள் ஐரோப்பாவிற்குக் கிடைக்கக் காரணமாக இருந்தவர்கள். அவர்கள் இந்தியாவின் மைசூரை ஆண்ட சுல்தானிய அரசர்களான ஹைதர் அலி மற்றும் திப்பு சுல்தான்.

கி.பி.1780 ஆம் ஆண்டில் ஆங்கிலேயர்களுடன் குண்டூரில் போரில் ஈடுபட்ட ஹைதர் அலி உலகிலேயே முதன்முறையாக உலோகத்தினாலான ராக்கெட்டுகளைப் போரில் பயன்படுத்தினார். இந்தப் போரில் ஆங்கிலப்படைகள் தோற்றுப் பின்வாங்கின. இது ஆங்கில அரசுக்குப் பெரும் அதிர்ச்சியை அளித்தது. உலோக ராக்கெட்டின் வடிவமைப்பை அவர்கள் பெரும் ஆச்சர்யத்தோடு பார்த்தனர்.

மைசூர் சுல்தான்களின் ராக்கெட்டுகள்தான் போர்க்களங்களின் எதிர்காலம் என்று கண்ட ஆங்கிலேயர்கள் அந்தத் தொழில்நுட்பத்தை அடைய பெரிதும் முயற்சிகள் செய்தனர். ஹைதர் அலியின் இறப்புக்குப் பின் வந்த திப்பு சுல்தானும் ராக்கெட் தொழில்நுட்பத்தைப் போர்க்களத்தில் திறம்படப் பயன்படுத்தினார். இதனால் அன்றைய லண்டன் பத்திரிகைகள் 'கிழக்கிந்தியக் கம்பெனியின் குலை நடுக்கம்' - என்றே திப்புவின் அரசை அழைத்தன. இந்தியாவின்

முதல் பிரதமரான ஜவஹர்லால் நேரு தனது டிஸ்கவரி ஆஃப் இந்தியா என்ற நூலில் 'ஆங்கிலேயர்களுக்கு சிம்ம சொப்பனமாகவும், பெரும் சவாலாகவும் இருந்தவர்கள் ஹைதர் அலியும் திப்புசுல்தானும். அவர்கள் பிரிட்டிஷாருக்கு கடுமையான தோல்வியின் மூலம் வேதனை மிக்க அனுபவத்தை ஏற்படுத்தினார்கள். கிழக்கிந்திய கம்பெனியின் அதிகாரத்தை உடைத்தெறியும் அளவுக்கு அவர்கள் நெருங்கினார்கள்' என்று குறிப்பிடுகின்றார்.

கி.பி.1790 ஆம் ஆண்டு முதல் 1792 ஆம் ஆண்டுவரை நடைபெற்ற மூன்றாவது ஆங்கில - மைசூர் போரில் திருவிதாங்கூர் சமஸ்தானமும், ஆற்காட்டு நவாபும், தொண்டைமானும், ஹைதராபாத் நிஜாமும், மைசூர் அரசின் முன்னாள் பாளையக்காரர்கள் அனைவரும் ஆங்கிலேயருடன் இணைந்துக் கொண்டனர். ஆனால் திப்பு பணியவில்லை. திப்பு இருந்த ஸ்ரீரங்கப்பட்டினத்தை 30 நாட்களுக்கும் மேலாக முற்றுகையிட்ட போதிலும் எதிரிகளால் திப்புவின் கோட்டையை நெருங்கக்கூட முடியவில்லை. இதனைக் குறித்து ஆங்கிலேய தளபதி மன்றோ கூறுகையில், '30 நாட்கள் முற்றுகையிட்டும் எங்களால் அந்தக் கோட்டையையும், தீவையும் தூரத்திலிருந்துகொண்டு தரிசிக்கத்தான் முடிந்தது' என்று குறிப்பிட்டான். காரணம் திப்புவின் ராக்கெட்டுகள்.

மராட்டியர்கள் இந்தப்போரின் இறுதியில் ஆங்கிலேயர்களுடன் இணைந்து கொண்டதாலும், சில துரோகங்களாலும் திப்பு தோல்வியின் விளிம்புக்குத் தள்ளப்பட்டு, ஒரு உடன்படிக்கையால் மீண்டார். பாதி மைசூரும் 3.3 கோடி இழப்பீடும் ஆங்கிலேயருக்குக் கிடைத்தன. தொடர்ந்து கி.பி.1799ஆம் ஆண்டில் ஸ்ரீரங்கப்பட்டினத்தில் நடந்த நான்காம் ஆங்கில - மைசூர் போரில் திப்புசுல்தான் வஞ்சகத்தால் வீழ்த்தப்பட்டார். இந்தியாவின் முதல் சுதந்திரப்போர் என்று அழைக்கத்தக்க எல்லா சிறப்பையும் உடையவை ஹைதர் மற்றும் திப்புவின் போர்கள். ஆனால் அவை தக்க ஒத்துழைப்பு இல்லாத காரணத்தினாலும் ஆங்கிலேயர்களின் வஞ்சகத்தினாலும் இறுதியில் தோல்வியைத் தழுவின. மகாத்மா காந்தி தனது 'யங் இந்தியா' இதழில் 'திப்புவின் தலைமையில் இந்திய

விடுதலைப்போர் தொடர்ந்திருந்தால் இந்தியா என்றோ விடுதலை அடைந்திருக்கும்' என்று குறிப்பிட்டு உள்ளது இங்கு நினைவு கூரத்தக்கது.

திப்பு இறந்ததைக் கேட்ட ஆங்கிலேய ஜெனரல் ஹாரிஸ் 'இன்று முதல் இந்தியா நம்முடையது' என்று கூறினான். அவன் சொன்னபடியே ஆங்கிலேயர்கள் இந்தியாவின் பெருமிதத்தை அன்றே கவர்ந்தனர்.

போரின் முடிவில், ஆங்கில படைகள் முதலில் தேடி அடைந்தது திப்புவின் ஆயுதக் கிடங்கைதான். அப்போது இருந்த சுமார் 9,700க்கும் மேற்பட்ட ராக்கெட்களையும் சுமார் 600 ராக்கெட் லாஞ்சர்களையும் ஆங்கிலேய ராணுவம் கைப்பற்றியது. திப்பு அரண்மனையின் ஒரு பகுதியாக ஓரியண்டல் நூலகம் இருந்தது. அதில் இருந்த ராக்கெட் தொழில்நுட்பம் குறித்த நூல்களும், குறிப்புகளும், பிற 2,000 அரிய நூல்களும் ஆங்கிலேயர்களால் கவரப்பட்டன. திப்புவின் குறிப்புகளைக் கொண்டு ராக்கெட்டுகளை உருவாக்க விரும்பிய ஆங்கிலேய அரசு அன்றைய இங்கிலாந்தில் புகழ்பெற்று விளங்கிய ராணுவ ஆலோசகரும் கண்டுபிடிப்பாளருமான 'சர் வில்லியம் கான்கிரீவ்' என்பவரை அந்தப் பணியில் ஈடுபடுத்தியது. திப்புவின் ராக்கெட்டை மேம்படுத்தி 'காங்கிரீவ் ராக்கெட்' என்ற ராக்கெட்டை கி.பி.1804ஆம் ஆண்டில் சர் வில்லியம் கான்கிரீவ் உருவாக்கினார். இந்த காங்கிரீவ் ஏவுகணைகள் பிரான்சின் அரசன் மாவீரன் நெப்போலியனையே மண்ணைக் கவ்வ வைத்தன. இதனால் ஏவுகணைத் தொழில்நுட்பம் போர்க்களத் தொழில்நுட்பங்களில் எல்லாம் சிறந்தது என்று ஐரோப்பியர்களால் உணரப்பட்டது. சர் வில்லியம் கான்கிரீவைத் தொடர்ந்து வில்லியம் ஹாலே என்பவர் ராக்கெட்களின் வடிவமைப்பை சற்று மேம்படுத்தினார்.

பின்னர், விண்வெளியின் தந்தை என்று அழைக்கப்படும் 'கான்ஸ்டண்டைன் சியோல்கோவ்ஸ்கி' என்ற ரஷ்ய அறிவியலாளர் திட எரிபொருளை விடவும் திரவ எரிபொருளே ராக்கெட்டுகளுக்குச் சிறந்தது என்ற கோட்பாட்டைக் கண்டுபிடித்தார். ராபர்ட் கோட்டர்க் என்ற அமெரிக்க அறிவியலாளர் சியோல்கோவ்ஸ்கியின் கோட்பாட்டிற்கு வடிவம் கொடுத்தார். 1926ஆம் ஆண்டில்

ஹைதர் அலி        திப்பு சுல்தான்

ராபர்ட் கோட்டர்க்கின் 30க்கும் மேற்பட்ட தோல்விகளுக்குப் பிறகு, அவரது திரவ எரிபொருள் ராக்கெட் மணிக்கு 885 கி.மீ. வேகத்தில் 2.6 கி.மி. உயரத்திற்கு பாய்ந்தது. கான்ஸ்டண்டைன் சியோல்கோவ்ஸ்கி மற்றும் ராபர்ட் கோட்டர்க் ஆகியோரின் ஆய்வுகளை ஒட்டியே ஜெர்மனியின் நாஜி ஆய்வாளரும் ராக்கெட்டைக் கண்டுபிடித்தவர் என்று கருதப்பட்டவருமான வெர்னர் தன் ஆய்வுகளில் வெற்றி கண்டார்.

இத்தனை ஆய்வுகளுக்கும் அடிப்படையாக ராக்கெட்களில் உலோகத்தைப் பயன்படுத்தியவர்களும், சுமார் 10,000 ராக்கெட்களைத் தயாரித்தவர்களுமான ஹைதர் அலி, திப்பு சுல்தானை இந்தியர்களே இப்போது மறந்து விட்டார்கள். ராக்கெட் உலோகத்திற்கு மாறி இருக்காவிட்டால் திரவ எரிபொருள் என்ற யோசனையே வந்திருக்காது, மர ராக்கெட்டுகள் திட எரிபொருளால் மட்டுமே இயங்கும்.

ஹைதரையும் திப்புவையும் இந்தியா மறந்த போதும், வெர்னரும் உலகின் பிற ராக்கெட் ஆய்வாளர்கள் பலரும் அவர்களை நன்றாகவே அறிந்திருந்தார்கள். வெர்னர் பின்னாளில் இணைந்து பணியாற்றி பல விண்கலங்களை உருவாக்கிய அமெரிக்க விண்வெளி ஆய்வு நிறுவனமான நாசாவில் உள்ள ஒரு ஓவியம் ஹைதர் அலி, திப்பு சுல்தான் ஆகியோரின் கண்டுபிடிப்புகள் ராக்கெட் தொழில்நுட்பத்தில் எந்த அளவிற்கு இன்றியமையாதவை என்று காட்டக்

நாசாவில் உள்ள திப்புவின் போர் குறித்த ஓவியம்

கூடியது ஆகும். அதில் திப்புவின் ராக்கெட்டுகள் ஆங்கிலப்படைகளை எவ்வாறு சிதைத்தன என்பது காட்சியாக விவரிக்கப்பட்டுள்ளது. அந்த ஓவியத்தைப் பற்றி அப்துல்கலாம் அவர்கள் தனது அக்னிச் சிறகுகள் நூலில் குறிப்பிட்டு உள்ளார். அந்த குறிப்பைப் பார்ப்போம், *'நான் பயிற்சி பெற அமெரிக்காவின் தலைசிறந்த ராக்கெட் தொழில்நுட்ப ஆய்வுக்கூடமான வாலோபஸீக்கு சென்றேன். அமெரிக்க ராணுவ ஆய்வு அமைப்பான நாசாவின் வரவேற்பு கூடத்தில் ராக்கெட் தாக்குதல் நடக்கும் ஒரு போர்க்களத்தின் மிகப்பெரிய ஓவியத்தைப் பார்த்தேன். அது பிரிட்டிஷாரை எதிர்த்து 200 ஆண்டுகளுக்கு முன்பு ஶ்ரீரங்கப்பட்டிணத்தில் திப்பு நடத்திய விடுதலைப்போர் காட்சி என்பது என் வியப்பை அதிகரித்தது.*

*திப்புவின் தாய்மண்ணே (இந்தியாவே) நினைவு கூரத் தவறிய அவரது ராக்கெட் போர்நுட்பத்தை, உலகின் மறுகோடியில் உள்ள நவீன ராக்கெட் நுட்பத்தின் உயர்தளமான நாசாவில் நினைவு கூரப்பட்டு ஓவியமாக நிற்பது எனக்கு ஒரு இந்தியன் என்ற வகையில் பெருமிதத்தையும், பெருமகிழ்ச்சியையும் தந்தது.'*

நண்பர்களே இப்போது சொல்லுங்கள் 'ராக்கெட்டைக் கண்டுபிடித்தது யார்?'.

# 13

## அரபு எண்கள்

இன்று நாம் வழக்கத்தில் பயன்படுத்தும் 1,2,3 - ஆகிய எண் வடிவங்களை நாம் அரபு எண்கள் என்று அழைக்கிறோம். தமிழ்நாட்டுப் பாடநூல் கழக நூல்களிலும் அவை அரபு எண்கள் என்றே குறிக்கப்பட்டு உள்ளன. இதற்கு மாறாக க, உ - என்று துவங்கும் எண் வரிசை அரபு எண்களுக்கு இணையான தமிழ் எண்களாகக் கொடுக்கப்பட்டு உள்ளது. வாய்ப்பாட்டுப் புத்தகத்தைப் பார்த்தவர்கள் இந்த நேரத்தில் அதை நினைவுக்குக் கொண்டு வந்திருப்பீர்கள்.

தற்போது பயன்பாட்டில் உள்ள எண்களை நாம் ஏன் அரபு எண்கள் என்று அழைக்கிறோம் என்று நம்மில் பலருக்கும் தெரியாது. அப்படித் தெரிந்திருந்தால் இப்படி அழைக்க மாட்டோம். ஏனென்றால் இந்த உலகம் முழுமையும் உள்ள மக்கள் இவற்றை அரபு எண்கள் என்று அழைத்தாலும் அதை மறுக்க வேண்டிய கடமையைப் பெற்ற தமிழர்கள் தாங்களே தங்கள் எண்களை அவ்வாறு அழைப்பதும், அடுத்த தலைமுறைக்கும் அவ்வாறே

கற்பிப்பதும் மிகுந்த வேதனைக்கும் அவமானத்துக்குமே உரியது ஆகும்.

1,2,3 - என்று தொடங்கும் இந்த எண் வரிசையை இன்று நேற்று அல்ல கடந்த 50 ஆண்டுகளுக்கும் மேலாகவே தமிழ் கூறும் நல்லுலகினர் 'அரபு எண்கள்' என்றே அழைத்து வருகின்றனர். கடந்த 1961ஆம் ஆண்டில் இந்திய தலைநகர் புது தில்லியில் மத்திய கல்வி ஆலோசனைக் குழுக்கூட்டம் ஒன்று நடைபெற்றது. அந்தக் குழுக்கூட்டத்தில் 'உலகில் வழங்கிவரும் அரபி எண்களையே இந்தியாவில் பயன்படுத்துவது' என்று முடிவு செய்யப்பட்டது. இது குறித்து அப்போது 'கல்விக்கு அராபிய எண்களே - ஆலோசனைக் குழு முடிவு' என்ற தலைப்பில் பத்திரிகைச் செய்திகளும் வெளியாயின. அந்தக் கூட்டத்தில் அன்றைக்குத் தமிழகத்தின் கல்வி அமைச்சராக இருந்த சி.சுப்பிரமணியமும் கலந்து கொண்டார் என்பது குறிப்பிடத்தக்கது. அவர் மாற்றுக் கருத்து எதனையும் கூறாமல் இந்தத் தீர்மானத்தின் கருத்தை அப்படியே ஏற்றுக் கொண்டார்.

இதனைக் கண்டு வேதனையுற்ற பாரதிதாசன் தனது குயில் இதழில் உடனடியாக 'அராபிய எண்கள் தமிழ் எண்களே' என்று கட்டுரை எழுதினார். அந்தக் கட்டுரையில்

'ஆயிரம் ஆண்டுகளுக்கு முன் தமிழ் வரிவடிவம் எப்படி இருந்தது என்பதை அரசினர் ஆராய்ச்சித்துறையின் சுவடியில் காண்க, கண்டால் இன்றைய 1,2,3,4,5,6,7,8,9,10 ஆகியவை தமிழ் எழுத்துகளே என்பதைத் தெரிந்து கொள்ளலாம்.

இந்தத் தமிழ் எண்களை இங்கு வணிகத் தொடர்புடைய அராபியர் கொண்டு போயினர். அவர்களிடமிருந்து மேல்நாட்டினர் கற்றுக் கொண்டனர். ஒரு மாற்றமும் செய்யாமல் அவர்கள் அப்படியே எடுத்தாண்டனர். அவர்கட்குக் கிடைத்த அன்றைய உருவமே இன்றைய உருவம். ஆனால் தமிழகத்தில் அந்த உருவம் நாளடைவில் மாற்றத்திற்கு உள்ளாயிற்று. இது இயற்கைதான்...' என்று பாரதிதாசன் குறிப்பிட்டு உள்ளார்.

இதனைக் கூறிய ஒரே நபர் பாரதிதாசன் அல்ல. தமிழறிஞர் மு.வரதராசனார் அவர்களும் தனது 'மொழி வரலாறு' என்ற நூலில் 1,2,3 என்று துவங்கும் எண்களைத்

தமிழ் எண்கள் என்றே கூறி, கல்வெட்டு ஆதாரங்கள் மூலம் தனது கருத்தை நிறுவி உள்ளார். அவரது ஆய்வின் ஒரு பகுதி,

'1,2,3,4,5,6,7,8,9 என இன்று உலகமெங்கும் எழுதப்படும் எண்கள் அரபி எண்கள் என்று கூறப்படுகின்றன. ஆனால் அராபியர்களுக்கு இந்த எண்களின் பழைய வரலாறு பற்றி ஒன்றும் தெரியவில்லை. அவர்கள் இவற்றை இந்திய எண்கள் என்கிறார்கள். வடநாட்டு அறிஞர்களுக்கு இவற்றின் தோற்றம் பற்றி ஒன்றும் விளங்கவில்லை. தமிழ்நாட்டின் பழைய எண் வடிவங்களைப் பற்றி இவர்கள் அறியாமல் இருத்தலே இவ்வாறு அனைவரும் தடுமாறுவதற்குக் காரணம் ஆகும். அரபி எண்கள் என்றும், இந்திய எண்கள் என்றும் இவ்வாறு தடுமாறிக் கூறப்படும் அந்த எண்கள் பழைய தமிழ் எண்களே' - என்று கூறுகிறது.

'இன்று அரபி எண்கள் என்று வழங்கிவரும் எண்கள் எல்லாம் பழங்காலத் தமிழகத்தில் புழங்கிய எண்களே, அவற்றை அரேபியர்கள் நம்மிடம் இருந்து பெற்றே பயன்படுத்தினர். இங்கே தமிழகத்தில் காலத்தால் தமிழின் எழுத்துகள் மருவியபோது அவையும் மருவின. அவற்றின் மருவிய வடிவம் க, உ - என்பதாக இப்போது புழங்குகின்றது. ஆனால் அராபிய எண்கள் 2000 ஆண்டுகளுக்கும் முன்பிருந்த

| எண்கள் | இன்று உள்ளவாறு | கல்வெட்டுக்களில் உள்ள வளர்ச்சி | | |
|---|---|---|---|---|
| 1 | க | — | † | † |
| 2 | உ | = | ௨ | உ |
| 3 | ங | ≡ | ௩ | ங |
| 4 | சு | ✗ | ௪ | சு |
| 5 | ரு | ௫ | ௫ | ரு |
| 6 | சா | ௬ | ௬ | சா |
| 7 | எ | ௭ | ௭ | எ |
| 8 | அ | ௮ | ௮ | அ |
| 9 | கூ | ௯ | ௯ | கூ |

தமிழ் எண்களின் வளர்ச்சி

வடிவத்திலேயே இன்றும் உள்ளன. இதனால் இரண்டும் சற்று மாறுபட்டு இருந்தாலும் இரண்டும் ஒன்றே' - என்பதே இருவரும் ஆதாரபூர்வமாக முன்வைக்கும் வாதம். அதற்கான சான்றுகளும் மிகவும் எளிமையானவை.

மேற்கண்ட அறிஞர்களின் கூற்றுகள் வெளிவந்த பின்னர் தமிழக அரசும் மக்களும் தங்கள் நிலைப்பாடுகளை மாற்றிக் கொண்டனரா, அறிவிலே ஒளி பெற்றனரா என்று பார்த்தால், இல்லை. சொந்த எண்களை அரேபியர் எண்கள் என்று சொல்லும் வழக்கமே தமிழகத்தில் பின்னும் தொடர்ந்தது.

கடந்த 1996 ஆம் ஆண்டில், தமிழக சட்டப்பேரவையில், அப்போதைய பேரவை உறுப்பினர் (முன்னாள் எதிர்கட்சித் தலைவர்) குமரி அனந்தன், அன்றைய தமிழ்ப் பண்பாட்டுத்துறை அமைச்சராக இருந்த தமிழ்க்குடிமகனிடம்

'உயிர்களுக்கு எண்ணும் எழுத்தும் இரு கண்களாகும். இதில் ஒரு கண்ணாகிய தமிழ் எழுத்தை எடுத்துக் கொண்டோம். ஆனால், மற்றொரு கண்ணாகிய தமிழ் எண்களை விட்டுவிட்டோம். அவற்றைப் பயன்படுத்த அரசு ஆவன செய்யுமா?' என்று கேட்டார். அதற்கு தமிழ்க்குடிமகன்.

'இது குறித்து முதல்வர், கல்வி அமைச்சர் ஆகியோருடன் பேசினேன். ஐம்பது ஆண்டுகளுக்கு முன்புவரை மைல் கற்களில் தமிழ் இருந்துள்ளது. படிப்படியாகக் கவனிக்கலாம் என இருக்கிறோம்' என்று பின்னர் பதில் சொன்னார். ஆகத் தமிழக சட்டமன்றம் முழுமையுமே அந்த எண்களை அரேபிய எண்களாகவே ஏற்றுக் கொண்டது. மக்கள் பிரதிநிதிகளின் நிலையே இது என்றால் மக்களின் நிலை?

தமிழ் அழிப்பு எது? தமிழ் வளர்ப்பு எது? - என்று தமிழர்களுக்கே தெரியாமல் போன கொடுமை தமிழகத்தில் பல காலங்களில் நிகழ்ந்து உள்ளது. அதற்கான சிறந்த உதாரணமாக கடந்த 1998ஆம் ஆண்டில் 'ஊர்திகளில் தமிழ் எண் பலகைகள்' குறித்து வெளியான அரசாணையைக் கூறலாம். முன்னர் 1996ல் சட்டமன்றத்தில் எழுந்த விவாதத்தின் தொடர்ச்சியாகவும் இதனை நாம் பார்க்கலாம். அந்த அரசாணை மூலம் 'வாகன உரிமையாளர்கள் விரும்பினால் ஊர்திகளில் தமிழிலும் பதிவு எண்களைப்

பயன்படுத்திக் கொள்ளலாம்' என்ற அனுமதி பரந்த மனதோடு வழங்கப்பட்டது. இன்றும் தமிழ் மீது பற்றுடைய பல அமைப்புகள் 'அரபு எண்கள் வேண்டாம், தமிழ் எண்களைப் பயன்படுத்துவோம்' என்று தீர்மானங்கள் போட்டு, அவற்றை நிறைவேற்றியும் வருகின்றன.

'எவை தமிழ் எண்கள்?' - என்ற வரையறையைத் திரும்பிப் பார்க்காமல் இது போன்ற முயற்சிகளை ஊக்குவிப்பது தமிழர்கள் தங்கள் வரலாற்றுச் சிறப்புகளைத் தாங்களே பிறருக்குத் தாரை வார்ப்பதைத் தவிர வேறு எதாகவும் இருக்க முடியாது. 1,2,3 - என்று துவங்கும் எண் வரிசையைப் பயன்படுத்தும் நாமே நம்மைச் சில கேள்விகள் கேட்டுக் கொள்வோம்

1. இப்போது தமிழ் எண்கள் என்று கற்பிக்கப்படும் எண்களில் உள்ள 0 ஆனதும், இப்போது 'அரபி எண்கள்' என்று அழைக்கப்படும் எண்களில் உள்ள 0 ஆனதும் ஒன்றாக உள்ளது எப்படி?

2. பூஜ்ஜியத்தைக் கண்டுபிடித்தது இந்தியாதான் - என்று உலக நாடுகள் ஒப்புக் கொண்டு உள்ளன. ஆரியபட்டர் பூஜ்ஜியத்தைப் பயன்படுத்திய முதல் கணித ஆய்வாளர் என நம்பப்படுபவர். அப்படி உள்ளபோது மற்ற 9 எண்களை அரேபியர்கள் எப்படிக் கண்டுபிடித்தார்கள்?

3. அரேபிய மொழி தமிழ், ஆங்கிலம் போன்றவற்றைப் போல இடமிருந்து வலமாகப் பயன்படுத்தும் மொழி அல்ல. வலமிருந்து இடமாகப் பயன்படுத்தும் மொழி. அப்போது அவர்கள் தங்கள் எண்களையும் வலமிருந்து இடமாகத்தானே பயன்படுத்த வேண்டும்? ஆனால் அவர்கள் எண்களை மட்டும் இடமிருந்து வலமாகப் பயன்படுத்துவது ஏன்?

4. உலகம் முழுவதும் புழங்கும் எண்கள் அரபி எண்கள் என்றால், அராபியர்கள் ஏன் தங்களுக்கு என்று தனி எண் வடிவத்தைப் பயன்படுத்துகிறார்கள்? 1,2,3 - வரிவடிவ எண்களுக்கு உரிமை கொண்டாடுவதில் அவர்கள் ஏன் ஆர்வம் காட்டாமல் உள்ளார்கள்?

5. உலகமே அரபி எண்கள் என்று ஏற்றுக் கொண்ட எண்களை அராபியர்கள் ஏன் 'இந்து (இந்திய) எண்கள்' என்று அழைக்கிறார்கள்?

6. முழு எண்களுக்கான வரிவடிவங்களை அரபு எண்கள் என்று அழைக்கிறோம். பின் எண்களுக்கான அரபு வரிவடிவங்கள் எங்கே? உதாரணமாக ¼ என்பதைத் தமிழில் 'வ' என்றும், 1/8 என்பதைத் தமிழில் 'அ' என்றும் குறிக்கலாம். இதுபோன்ற தனி வடிவங்கள் அரபியில் இல்லாமல் போனது எப்படி?

இவற்றின் விடைகளை நாம் சிந்திக்க ஆரம்பித்தாலேயே நாம் செய்வது எவ்வளவு பெரிய தவறு என்பதை நம்மால் உணரமுடியும். கன்னித் தமிழ் கணிதத்தின் தமிழும் கூட. ஒன்றின் கீழ் எட்டு - என்பதற்குக் கீழான எண்ணளவுகள் உலகாளும் ஆங்கிலத்தில் இன்றும் கூட இல்லை எனும் போது 1/210400 என்ற எண்ணளவுக்கு வாய்ப்பாடு வகுத்துப் பயன்படுத்தியவர்கள் தமிழர்கள். ('இம்மியளவு' என்று இன்றும் தமிழகத்தில் சொல்கிறோமே, இந்த மதிப்புதான் இம்மி.) மிகக் குறைந்த மதிப்புடைய எண்ணளவாக 1/2323824530227200000000 என்ற மதிப்பில் 'தேர்த்துகள்' என்ற அளவீடு பண்டைய தமிழகத்தில் புழங்கியது.

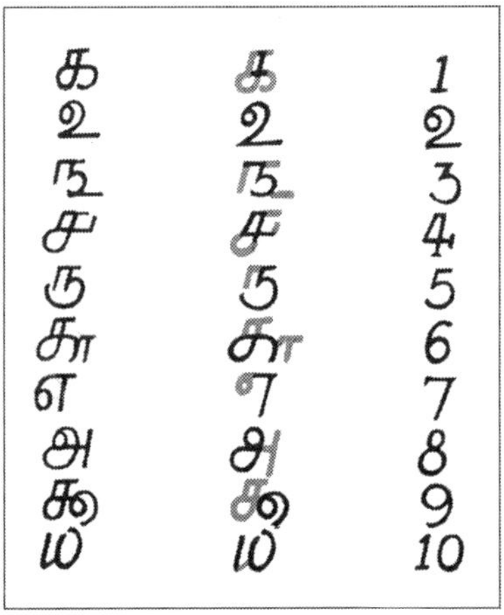

| க | க | 1 |
| உ | உ | 2 |
| ங | ங | 3 |
| ச | ச | 4 |
| ரு | ரு | 5 |
| சூ | சூ | 6 |
| எ | எ | 7 |
| அ | அ | 8 |
| கூ | கூ | 9 |
| ய | ய | 10 |

இன்றைய தமிழ் எண்களின் உள்ளே
அன்றைய தமிழ் எண்கள்

அரபு மொழியிடம் இருந்து எண்களைக் கடன் வாங்கிய ஐரோப்பியர்கள் அவற்றை 'அரபு எண்கள்' என்று அழைக்கும் போது, அவற்றைக் கடன் கொடுத்த தமிழர்களும் அவற்றை 'அரபு எண்கள்' என்றே அழைப்பது அவமானத்திற்கும் அறிவுச் சிறுமைக்கும் உரியது.

இந்தியா முழுமையும், ஏன் உலகம் முழுமையுமே அந்த எண்களை அரபி எண்கள் என்று அழைத்தாலும், தமிழ் மக்களாகிய நாம் அவற்றைப் 'பண்டையத் தமிழ் எண்கள்' என்றே அழைப்போம். இவை 'அரபி எண்கள் அல்ல, தமிழ் எண்கள்' என்று உலகுக்கும் உரக்கச் சொல்லுவோம்.

தமிழக எண்கள் அரபி எண்களானது எப்படி? - என்ற வரலாற்றுக்குப் பின்னால் தமிழக கணித அறிவு எப்படி மேற்கத்திய நாடுகளால் கொள்ளையடிக்கப்பட்டது என்பதை நாம் அறிவதற்கான சாவி உள்ளது. அதைத்தான் நாம் அடுத்து ஆய்வுகள் செய்ய வேண்டும். விழிப்போமா?

# 14

# லெமூரியாவும் குமரிக் கண்டமும்

தமிழகத்தின் தொன்மையான வரலாறு குறித்து பேசக்கூடிய, எழுதக் கூடிய நபர்கள் அனைவருமே லெமூரியா - என்ற வார்த்தையை வாழ்வில் ஒருமுறையாவது கடந்து இருப்பார்கள். சிலப்பதிகாரத்தைப் பற்றி வகுப்பெடுத்த தமிழ் ஆசிரியர்கள் பலர், மாணவர்களுக்கு லெமூரியா என்ற பிம்பத்தை ஒருமுறையாவது உருவாக்கியவர்களாக இருக்கிறார்கள். தமிழர்கள் அறிந்தவரையில் லெமூரியா என்பது தமிழகத்தின் ஒரு பகுதியாக இருந்து, பின்னர் கடல் கோளினால் மறைந்து போன ஒரு நிலப்பரப்பு. இதற்கான ஆதாரங்கள் நமது இலக்கியங்களில் 'குமரிக் கண்டம்' என்ற அழிந்த தமிழகப் பகுதியைப் பற்றிக் கிடைக்கும் குறிப்புகள். குமரிக் கண்டமே லெமூரியா கண்டம் என்பதே லெமூரியா பற்றி இன்று உள்ள பொதுவான புரிதல். 'பன்மொழிப் புலவர்' என்று அழைக்கப்பட்ட கா.அப்பாதுரை அவர்கள் கி.பி.1941ஆம் ஆண்டில் பதிப்பிக்கப்பட்ட தனது நூலுக்கு 'இலெமூரியா அல்லது குமரிக்கண்டம்' என்று

பெயரிட்டார். அவரது புரிதலே இன்றைக்கும் தமிழர்களின் பொதுவான புரிதல். அது சரி, லெமூரியா - குமரிக் கண்டம் இரண்டும் ஒன்றுதானா?

முதலில் குமரிக் கண்டம் என்ற கருத்தைப் பற்றிப் பார்ப்போம். தமிழ் இலக்கியங்களின் ஐம்பெருங்காப்பியங்களில் ஒன்றான சிலப்பதிகாரத்தில் பாண்டிய அரசனைப் பற்றி

பஃறுளி ஆற்றுடன் பன்மலை அடுக்கத்து
குமரிக்கோடும் கொடுங்கடல் கொள்ள
வடதிசை கங்கையும் இமயமும் கொண்டு
தென்திசை ஆண்ட தென்னவன் வாழி

- என்று குறிக்கப்பட்டு உள்ளது.

இதன் பொருள் 'முன்பு உன்னுடைய ஆட்சியின் கீழ் இருந்த பஃறுளி என்ற ஆற்றையும், குமரி என்ற மலைத் தொடரையும் கடல் கொண்டுவிட அப்போதும் மனம் தளராமல் வடக்கே இருந்த கங்கை ஆற்றையும் இமய மலையையும் எல்லையாகக் கொள்ளும் அளவுக்கு ஆட்சிப் பரப்பை அதிகரித்து ஆண்ட பாண்டியனே நீ வாழ்க' என்பதாகும். இந்தப் பாடலில் குறிப்பிடப்பட்டுள்ள பஃறுளி ஆறும் குமரி மலைத் தொடரும் எங்கே இருந்தன என்று நாம் தேடும் போது, சிலப்பதிகாரத்திற்கு உரை எழுதிய உரையாசிரியர் அடியார்க்கு நல்லார் தனது உரையிலே கடல் கொண்ட தமிழர் பகுதி பற்றிய வேறு பல புதிய தகவல்களை நமக்குத் தருகின்றார்.

பஃறுளி என்ற ஆற்றுடன் குமரி என்ற ஆறும் கடல் கொண்ட தமிழகத்தில் இருந்ததாகவும், இரண்டு ஆறுகளுக்கும் இடைப்பட்ட பகுதியில் 49 நாடுகள் இருந்ததாகவும் அவர் கூறுகிறார். அந்த நாடுகளின் பெயர்களாக ஏழு கங்கை நாடு, ஏழு மதுரை நாடு, ஏழு முன்பாலை நாடு, ஏழு பின்பாலை நாடு, ஏழு குறும்பனை நாடு, ஏழு குள்ள நாடு, ஏழு குனக்கரை நாடு என்பனவற்றை அடியார்க்கு நல்லார் காட்டுகின்றார்.

சிலப்பதிகாரத்தைத் தவிர தமிழர் நிலம் கடல் கொண்ட செய்தி கலித் தொகையிலும் காணப்படுகின்றது.

**மலிதிரை யூர்ந்துதன் மண்கடல் வெளவலின்**
**மெலிவின்றி மேற்சென்று மேவார்நாடு இடம்பட**
**புலியொடு வில்நீக்கி புகழ்பொறித்த கிளர்கெண்டை**
**வலியினால் வணக்கிய வாடாசீர்த் தென்னவன்**

– என்று பாண்டியர்களைக் கலித்தொகை போற்றுகின்றது.

இதன் பொருள்: 'தனது மண்ணை கடல் கொள்ள, பாண்டிய அரசன் சோழர் மற்றும் சேரரை வென்று அவர்களது புலி, வில் சின்னங்களை நீக்கி, 'கெண்டை மீன்' ஆகிய தனது சின்னத்தை அவர்களின் ஆட்சிப் பகுதியில் நாட்டினான் (அதாவது அவர்களின் ஆட்சிப்பரப்பைத் தனதாக்கிக் கொண்டான்)' – என்பது ஆகும். சிலப்பதிகாரம், கலித்தொகை ஆகியவற்றைத் தவிரவும் தமிழகத்தில் இரண்டு முறைகள் கடல்கோள்கள் நடந்து, அவற்றால் முதல் இரண்டு தமிழ்ச் சங்கங்கள் அழிந்தன என்ற குறிப்பு இறையனார் அகப்பொருள் என்ற இலக்கண நூலிலும் கூறப்பட்டு உள்ளது.

இவ்வாறாக தமிழர்கள் கடல் கோளால் இழந்த பகுதியை 'குமரிக் கண்டம்' என்று தமிழக வரலாற்று ஆய்வாளர்கள் அழைத்தனர். இந்தக் குமரிக் கண்டம் தமிழகத்தின் தெற்குப் பகுதியில் பெரும்பான்மையாக விரவி இருந்தது என்பது ஆய்வாளர்களின் எண்ணம் ஆகும். தேவநேயப் பாவாணர், அப்பாதுரையார் ஆகியோர் இந்தக் கருத்தை ஆழமாக நம்பினர். குமரிக் கண்டம் தமிழகத்தின் தென்பகுதியா? வேறுபகுதியா? – என்ற கேள்வியைத் தற்கால வரலாற்று ஆசிரியர்கள் சிலர் எழுப்புகின்றனர். பா.பிரபாகரன் எழுதியுள்ள 'குமரிக் கண்டமா? சுமேரியமா? தமிழர்களின் தோற்றமும் பரவலும்' நூல் இது குறித்த பல விவாதங்களை முன்வைக்கின்றது. ஆனால் குமரிக் கண்டம் என்ற ஒன்று இருந்தது என்பதை யாரும் முழுவதுமாக மறுக்கவில்லை. தமிழகம் கடல்கோளால் இழந்த ஒரு பகுதியே குமரிக் கண்டம் என்பதில் யாருக்கும் எந்த மாற்றுக் கருத்தும் இருக்க முடியாது.

அடுத்து நாம் பார்க்க வேண்டியது லெமூரியா கண்டத்தை. லெமூரியா என்ற சொல் தமிழ்ச்சொல் அல்ல, சிலர் அதீத மொழி ஆர்வத்தின் காரணமாக லெமூரியா கண்டம் என்பதை 'இலைமுறிந்த கண்டம்' என்றெல்லாம் எழுதுகின்றார்கள். அது தேவையற்றது. லெமூரியா என்பதன்

வேர்ச்சொல் லெமூர் என்ற ஒருவகைக் குரங்கில் இருந்து பிறக்கின்றது.

இந்த லெமூர் குரங்குகளின் சுத்தமான வகைகள் இன்று ஆப்ரிகாவிற்கு அருகே உள்ள மடகாஸ்கர் தீவில் மட்டுமே காணப்படுகின்றன. உலகில் வேறு எங்கும் இதன் சுத்தமான 11 வகைகளில் ஒன்று கூட கிடையாது. இதன் கிளையினங்களாகக் கருதப்படுபவை மட்டுமே உலகின் பிற நாடுகளில் காணப்படுகின்றன. பல்லாயிரம் ஆண்டுகளுக்கு முன்பு வாழ்ந்த லெமூர்களின் ஒரு வகையான 'லெமூர் புல்வஸ் (*Eulemur Fulvus*)'ன் படிவங்கள் மடகாஸ்கரில் காணப்படுகின்றன. இந்தப் படிவங்களும் உலகின் வேறு இடத்தில் கிடைக்க வாய்ப்பில்லை என்று கருதப்பட்ட நிலையில், அதே வகை லெமூரின் படிவங்கள் கி.பி.1800களில் தமிழகத்தின் நீலகிரி மலைகளில் மேற்கொள்ளப்பட்ட ஆய்வுகளின் போது அதிசயிக்கத்தக்க வகையில் கிடைத்தன. பிலிப் ஷ்லாட்டர் என்ற விலங்கியல் ஆராய்ச்சியாளர் கி.பி.1864ஆம் ஆண்டில் தனது 'மடாகாஸ்கர் பாலூட்டிகள்' என்ற கட்டுரையில் இந்தக் கண்டுபிடிப்பைப் பதிவு செய்தார்.

மடகாஸ்கருக்கு 100 மைல் தொலைவில் உள்ள ஆப்ரிக்காவிற்குப் பரவாத லெமூர் குரங்கு, மடகாஸ்கருக்கு 5,000 மைல் தொலைவில் உள்ள நீலகிரியில் வாழ்ந்தது எப்படி? - என்ற கேள்வியை தனக்குத் தானே முன்வைத்த ஷ்லாட்டர் 'லெமூர் குரங்குகள் மடகாஸ்கரில் இருந்து தமிழ்நாட்டுக்கு வர, இடையே இரண்டு பகுதிகளையும் இணைக்கும் அளவிற்கு ஒரு பெரிய நிலப்பரப்பு இருந்திருக்க வேண்டும். பின்னர் அது கடலில் மூழ்கி இருக்க வேண்டும்' என்ற பதிலுக்கு வந்தார். இவ்வாறாக நீலகிரிக்கும் மடகாஸ்கருக்கும் இடையே லெமூர்கள் வாழ்ந்ததாகத் தான் கருதிய பகுதிக்கு ஷ்லாட்டர் வைத்த பெயரே லெமூரியா என்பது. எர்னஸ்ட் ஹேக்கெல் என்ற ஜெர்மானிய ஆய்வாளர் இப்படி ஒரு நிலப்பகுதி இருக்க சாத்தியமுள்ளதாக ஏற்கெனவே சொல்லிக் கொண்டிருந்த நிலையில் ஷ்லாட்டர் கூறிய லெமூரியா கருத்து இன்னும் வலுவாக அந்த சிந்தனையை ஊன்றியது.

கி.பி.1904ஆம் ஆண்டில் கனகசபை என்ற தமிழறிஞர் கடல்கொண்ட குமரியைப் பற்றி எழுதினார். கி.பி.1906ஆம் ஆண்டில் இலங்கையில் இருந்து வெளிவந்த சித்தாந்த தீபிகை

லெமூர் படிமங்கள்

லெமூர் குரங்கு

இதழின் ஆசிரியர் நல்லசிவம் பிள்ளை தனது கட்டுரையில் 'கனகசபை கூறிய கடல்கொண்ட குமரியே ஷ்லாட்டர் காட்டும் லெமூரியா' என்று எழுதினார். அதுவரை குமரிக் கண்டம் குறித்து எந்த ஆய்வும் வெளியாகாத நிலையில் தமிழ் கூறும் நல்லுலகம் அவரது கூற்றை அப்படியே ஏற்றுக் கொண்டது. 'குமரிக் கண்டமே லெமூரியா' - என்ற கருத்து பரவத் துவங்கியது.

அதே காலகட்டத்தில் சென்னை அடையாற்றில் அமைந்திருந்த தியாசபிகல் சொசைட்டியின் (பிரம்ம ஞான சபை என்பது வேறு பெயர்) மேடம் பிளவட்ஸ்கி 'ஆயிரக் கணக்கான ஆண்டுகளாக உயிரோடு வாழ்ந்து கொண்டிருக்கும் பல மகான்கள் மனித குலத்தை வழிநடத்தும் பொருட்டு எனக்குப் பல தகவல்களைத் தந்துகொண்டிருக்கின்றனர். அந்த மனிதர்கள் வாழும் இடம் லெமூரியா' என்றார். இது லெமூரியா என்ற கருத்தை அறிவியலாளர்கள், மொழி

சிந்தனையாளர்கள் ஆகியோரைத் தாண்டி மத நம்பிக்கை உடையவர்களிடமும் கொண்டு சேர்த்தது.

லெமூரியா குறித்து பல புத்தகங்கள் எழுதப்பட்டன. அவை பெரும்பாலும் லெமூரியாவும் குமரிக் கண்டமும் ஒன்று என்றே கூறின (கா.அப்பாதுரை எழுதிய புத்தகம் பற்றி முன்னரே குறிப்பிட்டோம்). இப்படியாக குமரிக் கண்டமும் லெமூரியாவும் பலவாறாக ஒன்றுடன் ஒன்று தொடர்புபடுத்தப்பட்டன. இங்கே நாம் அறிய வேண்டியது அடிப்படையில் குமரிக் கண்டமும் லெமூரியாவும் ஒன்று அல்ல என்பதைத்தான்!.

குமரிக் கண்டம் என்ற கருத்து தமிழ் ஆய்வில் பிறந்த ஒன்று, ஷ்லாட்டர் கூறிய லெமூரியா என்ற கருத்தோ விலங்கியல் ஆய்வில் பிறந்தது. லெமூரியா என்ற ஒரு மிகப்பெரிய பரப்பு இருந்தது என்றால் அதனை ஏற்றுக் கொள்ள வேண்டியது அறிவியல் மற்றும் புவி வரலாற்றின் ஒரு பகுதியான 'புவியியல் துறை' ஆனால் அது ஷ்லாட்டரின் கருத்தை ஒருபோதும் ஏற்றுக் கொள்ளவில்லை..

கடலின் உள்ளாக 5,000 மைல்கள் நீளம் உள்ள ஒரு நிலப்பரப்பு மூழ்க புவியியல் ரீதியாக வாய்ப்பில்லை என்பதோடு, ஒரு குரங்கை மட்டும் வைத்துக் கொண்டு ஒரு மாபெரும் மாற்றத்தை அளவிட முடியாது என்பதே புவியியலாளர்கள் லெமூரியா என்ற கருத்தை மறுத்ததற்குக் காரணம்.

லெமூர் விவகாரத்தில் லெமூரியா என்ற கண்டத்தை அவர்கள் ஏற்றுக் கொண்டால், தென் அமெரிக்காவிலும் ஆப்ரிக்காவிலும் ஒரே மாதிரியான தாவரங்கள் காணப்படுவதால் அவற்றுக்கு இடையிலும் ஒரு பழைய பகுதி இருந்ததாக ஆய்வாளர்கள் ஏற்கவேண்டும் அதுவும் சாத்தியமற்றது.

சரி, அப்போது லெமூர் குரங்கு எப்படி 5,000 மைல் கடலைத் தாண்டி வந்தது? இப்போது ராமாயணத்தைப் பற்றியெல்லாம் சிந்திக்க வேண்டாம். இந்தக் கேள்விக்கான பதில் மிகவும் எளிமையானது.

கி.பி.1915ஆம் ஆண்டில் ஜெர்மானிய விஞ்ஞானியான ஆல்ஃப்ரெட் வெகெர்னர் புவியியலுக்கு ஒரு புதிய

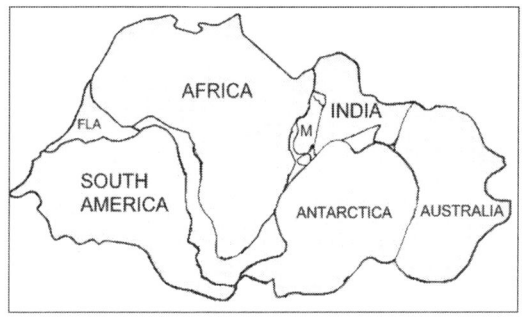

பிளவுறும் முன்பு கோண்டுவானா

கொள்கையை வெளியிட்டார். 'உலகம் முழுவதும் உள்ள நிலப்பரப்புகள் எல்லாம் ஒருகாலத்தில் ஒன்றாக இணைந்த அமைப்பாக இருந்தன' - என்பதே அவரது கொள்கையின் அடிநாதம். அந்த அமைப்பிற்கு 'பாஞ்ஜியா' என்று அவர் பெயர் வைத்தார். 'பாஞ்ஜியாவானது டைனோசர்கள் வாழ்ந்த ஜுராசிக் காலத்தில் இரண்டாகப் பிளவுற்றது.

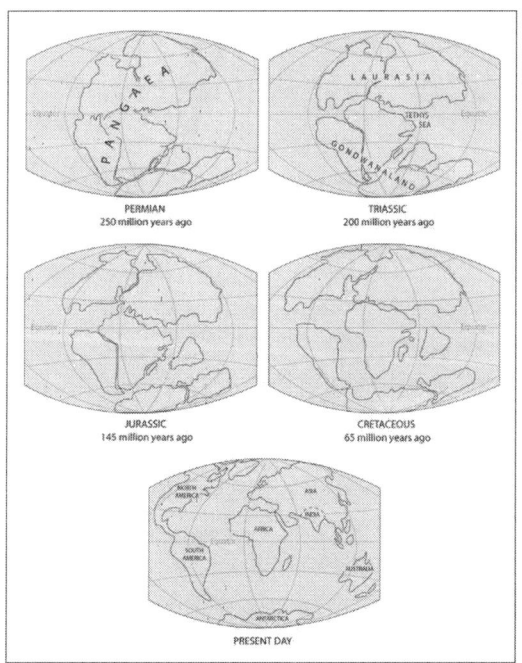

பாஞ்ஜியாவில் இருந்து கண்டங்கள் தோன்றுதல்

அதன் ஒரு பகுதி லாரேசியா, மறு பகுதி கோண்டுவானா. பின்னர் கிறிஸ்தேசியன் காலத்தில் இந்த இரண்டு பெரும் நிலப்பரப்புகளும் உடைந்து 14 புவித்தட்டுகளாக மாறின' - என்பதே வெகொர்னரின் கொள்கை.

வெகொர்னரின் கொள்கைக்கு இன்றைய உலக வரைபடமே சான்று கூறுகின்றது. உலக வரைபடத்தில் உள்ள தென் அமெரிக்காவின் கிழக்குக் கடற்கரையையும், ஆப்ரிக்காவின் மேற்குக் கடற்கரையையும் பாருங்கள். இவை ஒன்றுடன் ஒன்று சரியாகப் பொருந்தும். ஏனெனில் இவை முன்பு ஒரே நிலப்பரப்பாக இருந்து பின்னர் பிரிந்தவை. இரண்டு பகுதியிலும் தாவரங்கள் ஒன்றாக இருப்பது இதனால்தான்.

இதைப்போலவே 64 மில்லியன் ஆண்டுகளுக்கு முன்னர் இந்தியா ஆப்ரிக்காவுடன் இணைந்து இருந்தது, அப்போது இரண்டுக்கும் நடுவில் மடகாஸ்கர் இருந்தது. அப்போதே (64 மில்லியன் ஆண்டுகளுக்கு முன்பாகவே) ஆப்ரிக்கா இந்தியாவிடம் இருந்து பிரிந்து, நகர்ந்து தனிக் கண்டமானது. பிறகு 30-40 மில்லியன் ஆண்டுகளுக்கு முன்னர்தான் மடகாஸ்கர் இந்தியாவிடம் இருந்து உடைத்துக் கொண்டது. ஆப்ரிக்கா பயணித்த திசையில் தானும் பயணித்தது. இந்தியா எதிர்திசையில் பயணித்து ஆசிய கண்டத்தின் மீது மோதி, அத்தோடு தன்னை இணைத்துக் கொண்டது.

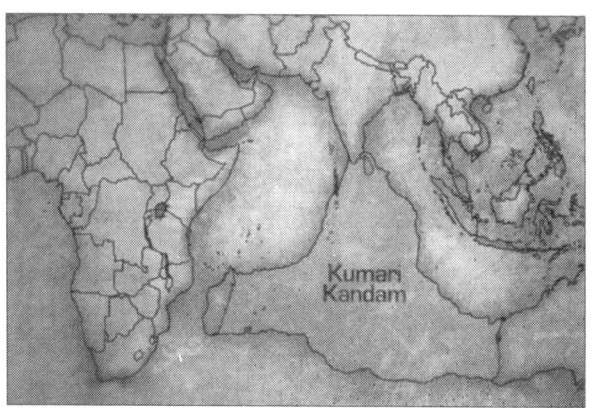

குமரிக்கண்டம் என்று தவறாக நம்பப்படும் பரப்பு

இந்த மோதலால் தோன்றியதே இமயமலை. இதனால்தான் மடகாஸ்கரிலும் நீலகிரியிலும் உள்ள தாவரங்கள், விலங்குகள் ஒன்றாக உள்ளன - என்கிறார் வெகெர்னர்.

இன்றைய நவீன புவியியல் துறையானது வெகெர்னரின் கூற்றுகளை ஏற்றுக் கொண்டுள்ளது. உலகம் ஒரு காலத்தில் ஒரே நிலமாக இருந்தது என்பதும், புவியில் 14 தட்டுகள் உள்ளன என்பதும் இன்றைய புவியியலின் அடிப்படைகளாக உள்ளன. இதனை நாம் மறுக்க முடியாது. இந்தப் புதிய கொள்கையானது லெமூரியா என்ற கருத்துக்கு ஒரேயடியாக முற்றுப்புள்ளியை வைத்து விட்டது.

எனவே நண்பர்களே லெமூரியா என்பது பழைய ஐரோப்பியக் கருத்து என்பதோடு, அது இன்றைய நவீன அறிவியலுக்கு முரணானதாகவும் ஆகிவிட்டது, இந்தக் கருத்தோடு தமிழர் தொலைத்த நிலமான குமரிக் கண்டத்தை நாம் தொடர்புபடுத்துவது சரியானதாக இருக்க முடியாது.

'5000 மைல் நீளப் பரப்பு கடலில் மூழ்குவது கடினம்' என்பது எல்லோரும் அறிந்த ஒன்றுதான். ஆனாலும் தமிழக ஆய்வாளர்கள் லெமூரியா என்றக் கருத்தைக் கேட்டதும் ஏற்றதன் காரணம் குமரிக் கண்டத்தின் பிரம்மாண்டம் குறித்து அவர்களுக்குள் இருந்த கற்பனை. 'பஃறுளி ஆற்றுக்கும் குமரி ஆற்றுக்கும் இடையே 49 நாடுகள் இருந்தன' - என்று அடியார்க்கு நல்லார் கூறியதில் இருந்து குமரிக்கண்டம் என்ற நிலப்பரப்பு ஒரு கண்டத்தின் அளவை ஒத்ததாக இருக்கலாம் என்றே தமிழக ஆய்வாளர்கள் கருதினர். இதனாலேயே 'மிகப்பெரிய பரப்பைத் தமிழர்கள் இழந்து விட்டனர்' - என்ற கருத்து நம்மிடையே வேரூன்றிவிட்டது. கடல்கொண்ட தமிழ் நிலம் பாண்டிய நாட்டின் ஒரு பகுதியே என்பதை நாம் இங்கே மறந்துவிடக் கூடாது. மேலும் '49 நாடுகள்' என்று அடியார்க்கு நல்லார் கூறுவதை இன்றைய நாடுகளின் அளவை மனதில் கொண்டு நாம் பார்க்கக் கூடாது. பல்லவர்கள் ஆண்ட தொண்டை மண்டலத்தில் மட்டும் முற்காலத்தில் 80 நாடுகள் இருந்தன என்பதை இங்கே நாம் ஒப்பிட்டுப் பார்க்க வேண்டும்.

எனவே குமரிக் கண்டமும் லெமூரியாவும் ஒருபோதும் ஒன்றல்ல.

# 15
## குற்றப் பரம்பரை

'குற்றப் பரம்பரை' என்ற பெயரைத் தமிழகம் பல காலங்களில் கேள்விப்பட்டு இருக்கின்றது. குற்றம் செய்தவர்களின் பரம்பரை - என்ற அர்த்தம் இதில் தொணித்தாலும், இதன் உண்மை முகம் வேறு. இன்று தமிழகத்தில் சில குறிப்பிட்ட சாதியினர் இந்தப் பெயரினால் இன்றும் நினைவு கூரப்படுகின்றனர். ஆனால் இந்தப் பெயருக்கும் அந்த சாதிகளுக்கும் அடிப்படையில் எந்தத் தொடர்பும் இல்லை. தமிழக வரலாற்றின் கருப்புப் பக்கங்களில் ஒன்றில் பொறிக்கப்பட்ட குற்றப் பரம்பரை என்ற பெயரின் வரலாறானது உலக சரித்திரத்தோடும், ஆங்கில ஆதிக்கத்தோடும் தொடர்புடையது.

உலகையே வெல்லும் எண்ணத்தோடு உலகெங்கும் போர்களை நடத்திக் கொண்டிருந்த பிரிட்டன் பேரரசு, தனக்குப் போட்டியாளராக இருந்த பிரான்ஸ் நாட்டின் மீது ஒரு நூற்றாண்டுக்கும் மேலாகப் பல போர்களைத் தொடுத்தது. இந்தப் போர்கள் பிரிட்டனுக்குக் கை கொடுக்காமல் பிரிட்டன்

படுதோல்விகளையே சந்தித்தது. இந்தப் போர்களில் பிரான்ஸ் நாட்டின் நகரங்களில் வாழும் பண்பட்ட மனிதர்களை விடவும், பிரான்ஸின் இராணுவத்தினரை விடவும் பிரிட்டனுக்கு அதிக நெருக்கடியைக் கொடுத்தவர்கள் பிரான்ஸில் வாழ்ந்த பழங்குடி மக்கள். உயிரைக் கொடுத்தாவது தங்கள் மண்ணைக் காக்க உறுதிபூண்ட பிரான்ஸின் மண்ணின் மைந்தர்களைப் பார்த்து பிரிட்டன் ராணுவமே கலங்கியது. பழங்குடியினரின் சுய ஆட்சி முறைகளும், புவியியல் அறிவும் பிரிட்டன் ராணுவத்தை சில்லுசில்லாகச் சிதைத்தன.

இதனால் தனது ஆட்சி எங்கெல்லாம் உள்ளதோ அங்கெல்லாம் உள்ள பழங்குடி மக்களைப் பார்த்து பிரிட்டன் அரசு பயப்படத் தொடங்கியது. பழங்குடி மக்களின் மண் மீதான பற்றும், சமூக அமைப்பும், தனித்துவ நடைமுறைகளும் அந்நிய ஆட்சிக்கான எதிர்ப்பைத் தங்களுக்குள் ஒரு கனலாகக் கொண்டிருந்தன. அந்தக் கனல் நெருப்பானால் என்ன ஆகும் என்பது ஏற்கனவே பிரான்ஸில் சூடுபட்டிருந்த பிரிட்டனுக்கு நன்றாகவே தெரிந்திருந்தது. பழங்குடிகளை வெறுக்கும் அரசாக பிரிட்டிஷ் அரசு இருந்தது.

இந்த சமயத்தில் வட இந்தியாவில் நடந்த சில வழிப்பறிக் கொள்ளைகள், கொலைகளுக்குப் பின்பாக சில குறிப்பிட்ட பழங்குடியின மக்கள் உள்ளார்கள், அவர்கள் குற்றங்களில் ஈடுபடுவதையே தொழிலாகக் கொண்டிருக்கிறார்கள் - என்ற தகவல் ஆங்கிலேயர்களுக்குக் கிடைத்தது. இவ்வாறு குற்றங்களில் ஈடுபடுபவர்கள் 'தக்கீ' *(thuggee/thug)* அல்லது தக்கர் எனப்பட்ட தனி இன மக்களாக ஆங்கிலேயர்களால் குறிப்பிடப்பட்டனர். வட இந்தியாவில் நடந்த கணக்குத் தெரியாத கொலை கொள்ளைகளை எல்லாம் இவர்கள் செய்தவையாக ஆங்கில அரசு கணக்குக் காட்டியது. இன்றும் கின்னஸ் சாதனை புத்தகத்தில் அதிக கொலைகளை செய்தவர்கள் என்று தக்கீக்கள் பெயர் உள்ளது. தக்கீக்கள் கொன்றதாக கின்னஸ் புத்தகம் கருதும் மக்களின் எண்ணிக்கை 20 லட்சம் அல்லது அதற்கும் மேல். ஆனால் இதற்குச் சான்றுகள் ஏதும் வரலாற்றில் இல்லை!.

'தக்கீக்களை எவ்வாறு ஒழிப்பது என்பதை ஆய்வு செய்கிறோம்' - என்று கூறி ஒரு அமைப்பை ஆங்கில அரசு உருவாக்கியது. இதில் கவனிக்க வேண்டிய முதல்

செய்தி தக்கீக்களைப் பற்றி ஆராய அமைப்பு எதையும் தோற்றுவிக்காமல், அவர்களை அழிக்க மட்டும் ஒரு அமைப்பு நிறுவப்பட்டது என்பதுதான். வில்லியம் ஸ்லீமன் என்ற ஆங்கில அதிகாரி பின்னர் இந்த அமைப்பில் தலைமைப் பொறுப்புக்கு வந்தார். வில்லியம் ஸ்லீமனை இந்தியாவில் டைனோசர் படிமங்கள் இருப்பதைக் கண்டறிந்த ஆங்கில அதிகாரியாக உங்களுக்குத் தெரிந்திருக்கலாம். ஒரு இந்தியக் குழந்தை ஓநாய் கூட்டத்தால் காட்டுக்குள் தூக்கிச் செல்லப்பட்டு வளர்க்கப்பட்டதை இவர் தற்செயலாகக் கேள்விப்பட்டு பதிவு செய்தார். இந்தப் பதிவு ஆங்கிலேயர்கள் மத்தியில் இவருக்கு 'ஆய்வாளர்' என்ற பிம்பம் ஏற்பட உதவியது. இந்தப் பதிவை அடிப்படையாகக் கொண்டு பின்னர் ஜங்கிள் புக் என்ற பெயரில் கதை ஒன்றும் எழுதப்பட்டது.

இத்தகைய ஸ்லீமன் தலைமையில் இயங்கத் துவங்கிய 'தக்கீ அண்டு டிகாய்டி டிபார்ட்மெண்ட் *(thuggee and decoity department)*' அமைப்பு தக்கீ இனத்தவர் என்று தாங்கள் கருதிய ஆயிரக்கானவர்களை தூக்கில் போட்டும், நாடு கடத்தியும், ஆயுள் சிறைகளில் அடைத்தும் மிகச் சிலரை முழு நேரக் கண்காணிப்பில் வைத்தும் கொடுமைப்படுத்தியது. இதன் மூலம் கொலை, கொள்ளைகளைக் கட்டுப்படுத்துவதாக வெளியில் கூறிக் கொண்டது. தக்கீக்களை ஒடுக்குகிறோம் - என்ற பெயரில் ஆங்கிலேயர்கள் இப்படி மேற்கொண்ட நடவடிக்கைகள்தான், பின்னர் 'குற்றப்பரம்பரைச் சட்டம்' - உள்ளிட்ட உரிமை மீறல்களை எளிதாக நடத்தும் தைரியத்தையும், வழிகாட்டுதலையும் அவர்களுக்குக் கொடுத்தது. ஆங்கிலத்தில் ஒரு பழமொழி உண்டு 'ஒரு நாயை சுட்டுக் கொல்ல வேண்டுமானால், அதற்கு பைத்தியம் என்று முதலில் நிறுவு' என்று, அதை ஆங்கிலேயர்கள் இந்தியாவில் திறம்படச் செய்தார்கள்.

உலக வரலாறு கடந்த இரண்டாயிரமாவது ஆண்டு வரையில் 'தக்கீக்கள்' என்பவர்கள் ஒரு குறிப்பிட்ட இனத்தைச் சேர்ந்த உண்மையான குற்றவாளிகள் என்றுதான் குறிப்பிட்டது. குற்றங்களில் ஈடுபடும் வன்முறையாளர்களைக் குறிக்கும் 'தக் *(thug)*' என்ற ஆங்கிலச் சொல்லே 'தக்கீ' என்ற மூலத்தில் இருந்து எடுக்கப்பட்டது எனும் போது

தக்கீக்கள் என்று கருதப்பட்டோர்

தக்கீக்கள் மீதான ஆங்கிலேயரின் பார்வை என்ன என்று நீங்களே எளிதில் யூகிக்கலாம். இந்த நிலையில், ஸ்லீமனின் ஆதாரங்களை சமீபத்தில் ஆராய்ந்த சிலர் எழுதிய நூல்கள் மூலம், தக்கீக்கள் ஆங்கிலேயர்களின் கற்பனையில் விஸ்வரூபம் எடுத்த பாமர மக்களே என்ற உண்மை புலனாகி உள்ளது. மைக் டேஷ் *(MIKE DASH)* எழுதிய 'தக்: தி ட்ரூ ஸ்டோரி ஆஃப் இந்தியாஸ் மர்டரஸ் கல்ட் *(THUG: THE TRUE STORY OF INDIA'S MURDEROUS CULT)*' என்ற நூலும் பரமா ராய் *(PARAMA ROY)* எழுதிய 'இந்தியன் டிராஃபிக் *(INDIAN TRAFFIC)*,' என்ற நூலும் இவற்றில் குறிப்பிடத்தக்கவை. *2005* ஆம் ஆண்டில் ஐரோப்பாவில் வெளியான மைக் டேஷின் புத்தகம் விற்பனையிலும் சாதனை படைத்தது இங்கே குறிப்பிடத்தக்க ஒன்று!.

சில வழிப்பறிக் கொள்ளையர்கள் ஆங்கில ஆட்சியில் இருந்தார்கள் என்ற ஒற்றை உண்மையை வைத்துக் கொண்டு, 'தக்கீ' என்ற முகமூடி அணிவித்து பல இன மக்களையும் ஆங்கில அரசு கொன்று குவித்ததே வரலாற்று உண்மை. இதற்குப் பல சான்றுகள் உள்ளன. சில உங்களுக்காக...

*1.* கைதானவர்கள் மீது வரம்பில்லா சட்ட அதிகாரத்தை ஆங்கில அரசு பெற்று இருந்தது. மனித உரிமைகள் பற்றிய பேச்சே இல்லை. இன்றும் சட்டரீதியாக உள்ள அடிமையைக் குறிக்க *XXX* என்ற குறியீடு ஆங்கிலத்தில் குறிக்கப்படுகிறது. இந்தக் குறியீடு 'தக்கீ அண்டு டிகாய்டி டிபார்ட்மெண்ட்'டின் சட்டத்தில் உள்ள முப்பதாவது

(ரோமன் எழுத்தில் XXX) சட்டத்தைக் குறிக்கக் கூடியது. (XXX என்ற பெயரில் சில ஆண்டுகள் முன்பு வெளிவந்த ஆங்கிலப் படவரிசையின் மூலக்கரு இந்தச் சட்டம்தான். ஒரு மனிதனை ஒரு அரசு சட்டபூர்வ அடிமையாக வைத்துக் கொள்வதை ஆதரிப்பதே இந்தச் சட்டத்தின் சாரம்).

2. 'தக்கர்கள் அனைவரும் ஒரு குறிப்பிட்ட இனத்தைச் சேர்ந்தவர்கள், காளியை வழிபடுபவர்கள் பரம்பரைக் கொலைகாரர்கள், அவர்களது வீட்டில் உள்ள அனைவருமே குற்றத்திற்கு துணை செல்பவர்கள்' - என்பது போன்ற தோற்றத்தை ஆங்கில அரசு உருவாக்கியது. அந்த அடிப்படையில்தான் பிற்காலத்தில் 'குற்றப் பழங்குடி' - என்ற சொல்லாடல் தோன்றியது. இது முற்றிலும் தவறு. தக்கர்கள் என்று ஆங்கில அரசால் கைது செய்யப்பட்டவர்களில் இசுலாமியர்கள், இந்துக்கள் என்று இரண்டு மதங்களைச் சேர்ந்தவர்களும் இருந்தனர். இந்துக்களில் பிராமணர்கள் கூட தக்கர்கள் என்று கைது செய்யப்பட்டனர். 'தக்கீக்களின் மன்மதன்' - என்று அழைக்கப்பட்ட பரீங்கா ராஜபுத்திர இனத்தைச் சேர்ந்த ஒரு பிராமணர் ஆவார். பரீங்கா கைது செய்யப்படும்வரையில் அவரது குடும்பத்தினருக்கு இதுபற்றித் தெரிந்திருக்கவில்லை என்று ஆங்கிலேயரின் ஆவணங்களே கூறுகின்றன. பரீங்கா வழக்கில் அவரோடு தொடர்புடைய குடும்பத்தினர் யாரும் கைது செய்யப்படவில்லை. பரீங்கா அப்ரூவராக மாறிவிட்டார் என்று பரீங்கா கைகாட்டியவர்களை எல்லாம் ஆங்கில அரசு கைது செய்தது.

3. தக்கீக்கள் பரம்பரை பரம்பரையாக வருபவர்கள் - என்று ஆங்கில அரசு சொன்னது. அந்த அடிப்படையில்தான் தக்கீ என்று கைது செய்யப்பட்ட ஒருவரின் குழந்தைகள் கூட ஆங்கிலேயக் காவல்துறையின் அடக்குமுறைகளுக்கு ஆளானார்கள்.ஆனால் ஆங்கிலேயர்கள் தக்கீக்களின் வாக்குமூலங்களாகப் பதிவு செய்துள்ள சில தகவல்களில் பிடிபட்ட சிலர் 'நான் இப்போதுதான் முதல்முறையாக கொள்ளைக்கு வந்தேன். வறுமை காரணமாக இவர்களுடன் சேர்ந்தேன். இதுவரை யாரையும் கொலை

செய்யவில்லை. என் குடும்பத்தினருக்கு இது தெரியாது' - என்று கூறி உள்ளதும் பதிவாகி உள்ளது. இது தக்கீக்கள் என்று ஆங்கிலேயர்கள் உருவாக்கிய பிம்பம் உண்மையில் போலியானது என்பதையும், அவர்கள் வறுமையால் பெருகிய கொள்ளைக்காரர்கள்தான் என்பதையுமே காட்டுகின்றது.

4. ஆங்கிலேயர் ஆட்சிக்கு முன்பு இந்தியாவில் தக்கீக்கள் பற்றிய குறிப்புகள் இல்லை. ஆங்கிலேயர் காலத்தில் ஏற்பட்ட பஞ்சத்தால், உள்ளூர் பணக்காரர்களிடம் திருடப் புறப்பட்ட முதல் தலைமுறைக் குற்றவாளிகளாகவே இவர்களில் பலர் இருந்திருக்கிறார்கள். பஞ்சத்தை மறைக்கவே இவர்களுக்கு 'காளி வழிபாடு' என்ற புதிய காரணத்தை ஆங்கில அரசு உருவாக்கியது.

5. இந்திய பெண் கடவுளான காளியை ஆங்கிலேயர்கள் கோரமான, அஞ்சத்தக்க கடவுளாகவே பொதுவாகப் பார்த்தனர். அந்த மனநிலையின் வெளிப்பாடுதான் இது.

6. தக்கீ - என்பதற்கு பொதுவான வரையறை எதுவும் இல்லை.

7. யார் தக்கீ? யார் தக்கீ இல்லை? - என்று தக்கீ அண்டு டிகாய்டி டிபார்ட்மெண்ட்டுக்கு மட்டுமே தெரியும். அதில் காவல் அதிகாரியும் ஸ்லீமன்தான், நீதிபதியும் ஸ்லீமன்தான். மேல்முறையீடோ, குறுக்குவிசாரணையோ கிடையாது. இதனால் அவர்கள் ஒருவனைக் கைது செய்து தக்கீ என்று முத்திரை குத்தினால் அவன் தக்கீதான். அவன் தனது மாற்று அடையாளத்தை எப்படியும் நிரூபிக்க முடியாது.

8. ஆங்கிலேயரிடம் சிக்கிய தக்கீ(!)க்கு உயிர்பிழைக்க அளிக்கப்பட்ட ஒரே வாய்ப்பு பிற தக்கீக்களைக் காட்டி கொடுப்பதுதான். இப்படி சரணடைந்த ஒரு தக்கீ யாரை எல்லாம் சுட்டிக் காட்டுகிறாரோ அவர்கள் எல்லாமே தக்கீக்கள் என்று கருதப்பட்டனர். அவர்கள் யாருக்கும் தங்களை நிரூபிக்க வாய்ப்பு வழங்கப்படவில்லை.

9. சரணடைந்து, பிற தக்கீக்களை காட்டிக் கொடுத்த ஒருவரை 'தக்கீ அண்டு டிகாய்டி டிபார்ட்மெண்ட்'டைச்

சாராத எவராலும் குறுக்கு விசாரணை செய்ய முடியாது. இதன் அர்த்தம் இந்த தக்கீ அண்டு டிகாய்டி டிபார்ட்மெண்ட் முடிவு செய்துவிட்டால் ஒருவரை சரணடைந்த தக்கீயாக செட்டப் செய்து இந்தியர்கள் யாரை வேண்டுமானாலும் அவரது கூட்டாளியாகக் காட்டித் தூக்கில் போடமுடியும்.

10. ஒருவர் தக்கீ என்று ஆங்கில அரசால் கருதப்பட்டால் அவரது மனைவி, குழந்தைகள் எல்லாருமே தக்கீக்கள்தான்.

11. தக்கீ என்று கைது செய்யப்பட்ட ஒருவர் அரசின் அப்ரூவராக மாறிவிட்டால், அவரது நண்பர்கள், உறவினர்கள் அனைவரின் வீடுகளைச் சுற்றியும் காவல் போடப்பட்டது. அவர்கள் பிற தக்கீக்களுக்கு தகவல் தரலாம் என்பதற்காக இது செய்யப்பட்டது என ஆங்கில அரசு கூறியது. உண்மையில் ஆங்கில அரசு உருவாக்கிய 'போலி அப்ரூவர்' குறித்த உண்மைகள் வெளியே கசியாமல் இருக்கவே இப்படி செய்யப்பட்டது.

12. தக்கீக்கள் வலிமை மிக்க கொலைகார இயக்கத்தினர் என்றால், அவர்கள் ஏன் ஆங்கிலேயர்களோடு சண்டையிட்டு அவர்களைக் கொல்லாமல் நரிகளிடம் ஆட்டுமந்தைகள் சிக்கியதைப் போல மாட்டி இறந்தார்கள்?, ஏன் பழிவாங்க யாரும் புறப்படவில்லை? - என்ற கேள்விகள் நமக்கு எழுகின்றன. தக்கீக்கள் குறிவைத்து ஆங்கிலேய அதிகாரி ஒருவரைக்கூட கொல்லவில்லை - என்று ஆங்கிலேய ஆவணங்களே ஒப்புக்கொள்கின்றன.

13. தக்கீக்கள் என்று ஏற்கும்படி ஆங்கிலேயர்கள் வற்புறுத்தியதனால் பலர் அதனை ஏற்றனர் - என்று கருதத் தக்க பல புள்ளிவிவரங்கள் ஆங்கிலேய ஆவணங்களிலேயே உள்ளன. உதாரணமாக 1840ல் தக்கீ என்று குற்றம் சாட்டப்பட்டு கைதான 3689 பேரின் விவரங்களைக் கூறலாம். அவர்களில் 466 பேர் தூக்கிலிடப்பட்டனர், 1504 பேர் அந்தமான் தீவுச் சிறையில் அடைக்கப்பட்டனர், 933 பேருக்கு ஆயுள் தண்டனை விதிக்கப்பட்டது, 81 பேருக்கு சில ஆண்டு கடுங்காவல் தண்டனை வழங்கப்பட்டது, 97 பேர்

விடுதலை செய்யப்பட்டனர், 58 பேர் அப்ரூவர்களாக மாற்றப்பட்டார்கள், 12 பேர் சிறையில் இருந்து தப்பினர். இதெல்லாம் ஆங்கிலேய நீதி பரிபாலனத்தின் சாதனைகள் என்றே நாம் ஏற்றுக் கொண்டாலும், மீதமிருந்த 208 பேர் வழக்கு விசாரணையின்போது இறந்தனர் என்று இவர்கள் கூறுவதை என்னவென்று ஏற்பது?. இந்த மரணங்களை 'இயற்கை மரணங்கள்' என்று கூசாமல் பதிவு செய்திருக்கின்றன ஆங்கிலேய ஆவணங்கள். வலிமை மிக்க மனிதர்கள் கண்ணியமான விசாரணையைத் தாங்க முடியாமல் ஓராண்டுக்குள் இறந்ததன் பின்னாக உள்ள உண்மை, அவர்கள் சிறைகளில் கொடுமைப்படுத்தப்பட்டனர் என்பதுதான்.

14. தக்கீக்கள் உண்மையில் இல்லவே இல்லை என்று பல ஆங்கில நீதிபதிகளுக்குத் தெரியும். ஒருவர் இதனை நீதிமன்றத்திலேயே சொன்னார். அவருக்கு உடனடியாக இடமாற்றம் வழங்கப்பட்டது.

15. இந்தியா முழுவதிலும் இந்த தக்கர் பிம்பத்தை ஆங்கிலேயர்களால் உருவாக்க முடியவில்லை. தமிழகம், ஆந்திரா, ஒரிசா, வங்காளம், கர்நாடகா - ஆகிய பகுதிகளில் எந்த ஒரு பெரிய கொள்ளையும் கண்டு பிடிக்கப்படவில்லை. 'சேலத்திற்குத் தெற்கே தக்கர்கள் இல்லை' - என்று ஸ்லீமனே குறிப்பிடுகிறார், தமிழகத்தில் தக்கர்கள் இல்லை என்பதே இதன் அர்த்தம். தமிழகத்தில் சேலம் தவிர வேறு எங்கும் தக்கர் நடமாட்டம் கூட ஆங்கிலேயர்களால் பதிவு செய்யப்படவில்லை. ஆனால் தக்கர் ஒழிப்பின் தொடர் விளைவான, குற்றப்பரம்பரைச் சட்டம் இங்கெல்லாம் பின்னாட்களில் கடுமையாக அமலானது.

16. 1856ல் ஸ்லீமன் இறந்தார். அவரது இறப்புக்குப் பின்னர் தக்கர் ஜோடனை வழக்குகள் குறைந்தன. 1904ல் பலனற்று இருந்த தக்கர் ஒழிப்புப் பிரிவு காவல்துறையில் இருந்து அகற்றப்பட்டது. 1932ஆம் ஆண்டில் ஜபல்பூர் பகுதி காவல்துறை கண்காணிப்பாளர் ஸ்லீமனின் பேரனுக்கு (அவர் பெயரும் ஸ்லீமன்தான்) எழுதிய கடிதத்தில், "அனைத்து இடங்களிலும் இருந்து வரும் தகவல்களில் தக்கர்கள் பற்றிய சிறு குறிப்பு கூட

இல்லை" - என்று குறிப்பிடுகிறார். பிறகு இன்று வரை தக்கர்களை வரலாற்றில் எங்கும் காணவில்லை. தக்கர்கள் ஒழிப்புப் பிரிவை ஒழித்ததே உண்மையான தக்கர் ஒழிப்பு, ஏனெனில் அவர்கள்தான் தக்கர்கள் என்ற அதீத கற்பனைக்கு உயிரூட்டியவர்கள், அதற்காக பல்லாயிரம் மக்களின் உயிர்களை எடுத்தவர்கள்.

17. ஆங்கிலேயர்களின் இந்தக் கொலைகள் ஹிட்லரின் கொலைகளுக்குச் சளைத்தவை அல்ல!.

இப்படியாக தக்கீக்கள் பெயரால் வடநாட்டில் செல்லுபடியான இந்த கோரமான நடவடிக்கைகள் நாடு முழுவதும் செல்லுபடியாகும், நாடு முழுவதும் போராடும் மக்களையும் வேண்டாத மக்களையும் ஒழிக்கலாம் என்று ஆங்கிலேயர்கள் நம்பினர். இதன் அடுத்த கட்டமாக பிரிட்டனில் தொடர்ச்சியாகக் குற்றங்களில் ஈடுபடும் குற்றவாளிகளைக் கண்காணிக்க என்று ஏற்கனவே இருந்த ஒரு சட்டத்தை எடுத்து, அதில் சில மாறுதல்களைச் செய்து 'குற்றப் பழங்குடிகள் சட்டம்' என்ற ஒரு சட்டத்தை ஆங்கிலேயர்கள் உருவாக்கினர்.

தொடர்ச்சியாகக் குற்றம் செய்வோருக்கு தண்டனை கொடுக்க, அவர்களைக் கட்டுப்படுத்த வேறு காரணங்கள் தேவையில்லை. ஆனால் பழங்குடிகளைக் கட்டுப்படுத்தவும் தண்டிக்கவும் காரணம் வேண்டுமே, அதனால் இந்தச் சட்டங்கள் பழங்குடி மக்கள் அனைவரும் நாகரிகம் அற்றவர்கள், குற்றவாளிகள் என்று சித்தரித்தன. அந்த அடிப்படையில் அவர்களின் உரிமைகளை நசுக்கின.

1871ஆம் ஆண்டில் இதனைக் கொண்டுவந்த நீதிபதி ஜேம்ஸ் ஸ்டீபன் இந்தச் சட்டத்தைப் பற்றிக் கூறும்போது, 'கைவினை, தச்சு வேலைகளைப் போல சில மக்களுக்கு திருடுவது குலத் தொழில். அவர்களை ஒழிப்பது மட்டுமே குற்றங்களை குறைக்க ஒரே வழி!' - என்று சொல்லி இருப்பதே ஆங்கிலேயர்களின் நோக்கத்தைக் கோடிட்டுக் காட்டுவது. காலப்போக்கில் பழங்குடிகள் மட்டுமன்றி பல்வேறு தரப்பினரையும் ஒடுக்கும் விதமாக இந்தச் சட்டத்தில் மாற்றங்கள் கொண்டுவரப்பட்டன. இந்த வரையறையில் 1897, 1911, 1924, 1944 ஆகிய ஆண்டுகளில் அடுத்தடுத்து மாற்றங்கள் வந்தன. உதாரணமாக 1897ல்

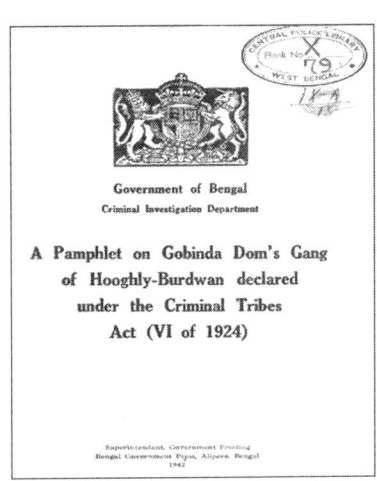

Government of Bengal
Criminal Investigation Department

**A Pamphlet on Gobinda Dom's Gang of Hooghly-Burdwan declared under the Criminal Tribes Act (VI of 1924)**

Superintendent, Government Printing
Bengal Government Press, Alipore, Bengal
1942

**வங்காளத்தில் குற்றப் பரம்பரைச் சட்ட ஆவணம்**

மூன்றாம் பாலினத்தவர்களைக் கண்காணிக்க இந்தச் சட்டம் பயன்படுத்தப்பட்டது. 1924ல் இந்தியா முழுவதும் இந்தச் சட்டம் விரிவுபடுத்தப்பட்டது. அதன்படி 'இருப்பிடம் அற்றவர்கள், நாடோடிகள், விபச்சாரிகள் ஆகியோர் அபாயகரமானவர்கள், நாகரிகம் அற்றவர்கள்' - என்று ஆங்கில அரசு அறிவித்தது.

இந்தியாவில் 'குற்றப் பழங்குடிகள் சட்டம் *(Criminal Tribal Act)*' முதன் முதலாக பஞ்சாப், கூர்க் பகுதிகளில்தான் அமல்படுத்தப்பட்டது. ஆண்டு 1871. ஆங்கிலேய எதிர்ப்பு ரத்தத்திலேயே ஊறி இருந்த பஞ்சாபிகளையும், கூர்க் இன மக்களையும் கட்டுப்படுத்த ஆங்கில அரசு இதனைப் பயன்படுத்தியது.

இதன் பின்னர் சுதந்திர எழுச்சி பொங்கிய வங்கத்தில் 1876ஆம் ஆண்டில் இந்த சட்டம் அமலானது. சென்னை மாகாணத்திற்கு இந்தச் சட்டம் மிகத் தாமதமாக 1911ல் வந்தது. அடிமை எண்ணம் தமிழக மக்களின் ரத்தங்களிலேயே இருந்ததே இதன் காரணம். பின்னர் தமிழகத்தில் குற்றப் பழங்குடிகள் சட்டம் மெல்ல மெல்ல விரிவுபடுத்தப்பட்டது.

இன்று கள்ளர், மறவர், அகமுடையார் ஆகிய முக்குலத்தோர் மட்டுமே குற்றப் பரம்பரையினராக அறிவிக்கப்பட்டவர்கள் என்ற எண்ணம் தமிழகத்தில் பரவலாக உள்ளது. அது தவறு.

அந்தச் சட்டத்தை எதிர்த்து அதிகம் போராடியவர்கள், அதற்கு அதிக விலை கொடுத்தவர்கள் என்ற முறையில் முக்குலத்தோர் முன்னணியில் இருக்கலாம் ஆனால் அவர்கள் மட்டுமே பாதிக்கப்பட்டு இருக்கவில்லை. 1938ல் தமிழகத்தில் வெளியான ஆங்கில அரசின் அறிக்கையின்படி 90 சாதியினர் குற்றப் பரம்பரையினராக அறிவிக்கப்பட்டனர். குறவர், வன்னியர், படையாட்சி, அம்பலக்காரர், ஒட்டர், புன்னன் வேட்டுவக் கவுண்டர், தொட்டிய நாயக்கர், தெலுங்கம்பட்டி செட்டியார், பறையர், புலையர் - ஆகியோரும் அந்தப் பட்டியலில் இருந்தனர்.

இந்த அறிவிப்பு இவர்களின் குற்ற நடவடிக்கைகளை அடிப்படையாகக் கொண்டது அல்ல என்பதை நாம் இங்கு உற்று நோக்க வேண்டும். மேலும் இவர்கள் அனைவரும் இனத்தால் ஒன்றுபட்டவர்களோ சமூக, பொருளாதார நிலைகளில் சமமாக இருந்தவர்களோ பழக்க வழக்கங்களால் ஒன்றுபட்டவர்களோ அல்ல. உதாரணமாக தமிழக குற்றப்பழங்குடிகள் சட்டத்தின் படி 'பன்றி இறைச்சி சாப்பிடுவோர்' அனைவரும் குற்றப் பரம்பரையினராக அறிவிக்கப்பட்டனர்!. இதன் பின்னணி எதுவும் விளக்கப்படவில்லை.

இன்னொரு பக்கத்தில் வட இந்தியாவில் அரசுக்கு வரி செலுத்தாமல் உப்பு விற்றவர்களும் இந்தச் சட்டத்தால் ஒடுக்கப்பட்டனர். தமிழகத்தின் உப்புக் குறவர்கள் இதனால் குற்றப் பரம்பரையினராயினர். இந்தியாவெங்கும் புரட்சியாளர்கள் பலரும் இந்தச் சட்டத்தின் கீழ் குற்றவாளிகளாக அறிவிக்கப்பட்டனர்.

இப்படிக் குற்றப் பரம்பரையினராக அறிவிக்கப்பட்டவர்களைக் கட்டுப்படுத்தும் முழு அதிகாரமும் காவல்துறையினருக்கு ஆங்கில அரசால் அளிக்கப்பட்டது. காவல்துறையினரின் அடக்குமுறைகள் ஓங்குவதை ஆங்கில அரசு ஊக்குவித்தது.

தமிழகத்தில் குற்றப்பழங்குடிகள் சட்டத்தால் அதிகம் பாதிக்கப்பட்டவர்கள் பிறமலைக் கள்ளர்கள். இவர்களது நீண்ட வரலாற்றில் குற்றப்பரம்பரை என்ற முத்திரையானது ஒரு கருப்பு அத்தியாயம்.

பிறமலைக் கள்ளர்கள் ஆங்கில அரசுக்குக் கட்டுப்படாத ஒரு தனி அரசையே நெடுங்காலமாக நடத்திவந்தனர். 8 நாடுகள் 24 கிராமங்கள் உள்ளடங்கிய அவர்களது அரசுக்கு 'தன்னரசுக் கள்ளநாடு' என்று பெயர்.

கி.பி. 1754ஆம் ஆண்டில் பிறமலைக் கள்ளர்களின் தலைவர்கள் ஒன்றுகூடி ஒரு ஒப்பந்தம் போட்டனர். அதன்படி அவர்கள் ஆங்கிலேயர்களுக்கு நெடுங்காலம் வரிகள் எதையும் செலுத்தவில்லை. ஆங்கில அரசை அவர்கள் பகிரங்கமாகவே எதிர்த்தனர். அதனால் அவர்களை ஆங்கில அரசு அச்சத்தோடே எப்போதும் பார்த்து வந்தது.

பிறமலைக் கள்ளர்கள் மீது குற்றப்பழங்குடிகள் சட்டத்தை ஏவ வேண்டும் என்று இந்தியாவுக்குள் குற்றப் பழங்குடிகள் சட்டம் வந்த 43 ஆண்டுகள் கழித்து 1914 ஏப்ரல் 8ஆம் தேதிதான் ஆங்கில அரசு முடிவு செய்தது. கி.பி.1914 மே 4ஆம் நாள் தன்னரசுக் கள்ளநாட்டின் ஒரு பகுதியான கீழக்குடி கள்ளர்கள் மீது இந்த சட்டம் முதன்முறையாகப் பாய்ந்தது. கள்ளர்கள் குற்றப் பரம்பரையினர் என்று முதன்முதலாக அறிவிக்கப்பட்டது இப்போதுதான்.

பாப்பாநாடு, முதுகுளத்தூர், சேலம் - என தமிழகத்தின் 3 இடங்களில் குற்றப் பழங்குடிகள் சட்டம் அமலுக்கு வந்தது. தன்னரசுக் கள்ளநாடு முழுவதும் இந்தச் சட்டம் பரவலாகப் பயன்படுத்தப்பட்டது. தேவையற்ற வழக்குகள் காவல்துறையினரால் போடப்பட்டன. கி.பி.1923ஆம் ஆண்டில் மட்டும் 12,925 வழக்குகள் காவல்நிலையங்களுக்கு வந்தன. அவற்றில் பதிவு செய்யப்பட தகுதியாக இருந்தவை 3049 வழக்குகள், நடவடிக்கை எடுக்கப்பட்டவையோ 12 வழக்குகள். 12,913 வழக்குகள் குற்றமற்ற மக்களைத் துன்புறுத்த என்று மட்டும் பயன்படுத்தப்பட்டன.

குற்றப் பழங்குடிகள் சட்டம் ஒரு குற்றவாளி ஒரு கிராமத்தில் நடமாடினார் என்றால் அந்த கிராமத்தில் உள்ள அனைத்து ஆண்களுமே விசாரணைக்கு ஆளாக்கப்பட வழி வகுத்தது. இப்படியாகக் கண்காணிக்கப்படும் கிராமங்களின் பட்டியல் நீண்டுகொண்டே சென்றது. இதனால் சில காலத்திலேயே மதுரையில் இருந்த அனைத்து கிராமங்களும் அரசால் கண்காணிக்கப்படும் கிராமங்களாயின, இதற்கென

தனித்த ஒரு அமைப்பையே ஆங்கிலேய அரசு உருவாக்கியது. அரசின் அடக்குமுறைகள் உச்சத்தை அடைந்தன.

கண்காணிப்பில் இருந்த ஒவ்வொரு கிராமத்திலும் 2 பதிவேடுகள் பராமரிக்கப்பட்டன. முதலாவது பதிவேட்டில் பல்வேறு காரணங்களால் (குறிப்பிட்ட கிராமத்தில் வசிப்பதே போதுமான காரணம்) கண்காணிப்பின் கீழ் உள்ளோரின் பெயர், தந்தை பெயர், தொழில், அங்க அடையாளங்கள், கைரேகை - ஆகியவை பதிவு செய்யப்பட்டன.

இரண்டாவது பதிவேடு நீதிமன்றத்தால் 'குற்றவாளி' என்று அறிவிக்கப்பட்டவர்களுக்கானது. இதில் முதல் பதிவேட்டின் அதே விவரங்களே பதிவு செய்யப்பட்டன.

முதல் பதிவேட்டில் உள்ளவர்கள் தினமும் காவல்நிலையத்தில் கைநாட்டு வைக்க வேண்டும். வெளியூர் செல்ல வேண்டுமென்றால் அவர்கள் கிராமப் பஞ்சாயத்தின் அனுமதி பெற்று பின்னரே செல்ல வேண்டும். இதனால் 'கைரேகைச் சட்டம்' என்று பொதுமக்கள் இந்தச் சட்டத்தை அழைக்கத் துவங்கினர். கைநாட்டுகளை இரவு 11 மணியில் இருந்து காலை 5 மணிக்குள் மக்கள் வைக்கவேண்டும். இதனால் அதிக மக்கள் இருந்த ஊர்களில் மாலை 7 மணி முதலே மக்கள் வரிசைகளில் நிற்கத் துவங்கினர்.

இரண்டாம் பதிவேட்டில் பெயர் உள்ளவர்களின் நிலை இன்னும் மோசம். இவர்கள் அரசு கொடுத்த 'ராதாரிச் சீட்டு' (ராத்திரிச் சீட்டு) என்ற அனுமதி அட்டையை எப்போதும் தங்களுடன் வைத்துக் கொள்ள வேண்டும். இந்தச் சீட்டை மறந்து வைத்தால் அந்தக் காரணம் ஒன்றே இவர்கள் கைது செய்யப்படப் போதுமானது. இவர்கள் மாலை 7 மணிமுதல் காவல் நிலையத்திற்கு எதிரே இருந்த திறந்த வெளியில்தான் இருக்க வேண்டும். குளிரோ, மழையோ அங்கேதான் தூங்க வேண்டும். மனைவியின் பிரசவ நாளில் கூட அவர்களுக்கு விலக்குகள் அளிக்கப்படவில்லை. ஒரு ஊரில் எந்தத் திருட்டு நடந்தாலும் உரிய குற்றவாளி கண்டுபிடிக்கப்படும் வரையில் இரண்டாவது பதிவேட்டில் உள்ளவர்களே அந்தக் குற்றத்தைச் செய்தவர்களாகக் கருதப்பட்டனர். முன்னர் அவர்கள் மீது இருந்த குற்றச்சாட்டு எதுவானாலும் உடன் இதுவும் ஒரு குற்றமாக சேர்த்துக் கொள்ளப்பட்டது.

இதனால் காவல்துறை நிம்மதியாக இருக்க, ஊர்ப்பெரிய மனிதர்கள் குற்றவாளிகளைத்தேடி அலைந்தனர்.

சில ஊர்களில் காவலர்களுக்கு பதிலாக உள்ளூர் பெரிய மனிதர்கள் அடங்கிய குழுக்கள் கையெழுத்து வாங்கும் பணியைச் செய்தன. கள்ளர் பகுதிகளில் இந்தக் குழுக்கள் 'கள்ளர் பஞ்சாயத்துகள்' என்று அழைக்கப்பட்டன. விவசாய நிலம் வைத்திருந்த விவசாயிகள், நிலவரி கட்டுபவர்கள், நிரந்தரத் தொழில் செய்வோர், அரசு அலுவலர், நிரந்தரமாக ஒரே இடத்தில் வசிப்போர் - ஆகியோர் பலர் இந்தக் குழுக்கள் மூலம் கைநாட்டு வைப்பதில் இருந்து விலக்குகளையும் பெற்றனர். ஆங்கில ஆதிக்கத்திற்கு எதிராக எந்த நடவடிக்கைகளிலும் ஈடுபடாதவர்களுக்கே இந்த விலக்குகள் அளிக்கப்பட்டன.

பல சாதிய அமைப்புகள் தங்கள் மக்களை இந்தச் சட்டத்தில் இருந்து காப்பாற்றப் போராடின, சில வெற்றியும் பெற்றன. செய்யூர் ஆதிதிராவிடர் பேரவை, வன்னியர்குல சத்திரிய சபா ஆகிய அமைப்புகள் தங்கள் சாதியினரைப் பட்டியலில் இருந்து மீட்டன. ஒருங்கிணைந்த தஞ்சை மாவட்டத்தைச் சேர்ந்த கோபாலசாமி ரெகுநாத ராஜாளியார் ஆங்கிலேய அரசின் ஆதிக்க மையங்களில் எல்லாவற்றிலும் போராடி தஞ்சை, திருச்சி பகுதிகளில் இருந்த கள்ளர்களை பட்டியலில் இருந்து மீட்டார். ஆனால் மதுரைக் கள்ளர்கள் மீட்கப்படவில்லை.

குற்றப் பரம்பரையினராக அறிவிக்கப்பட்டவர்களிடம் இரக்கமே இல்லாமல் நடக்கும் படி ஆங்கிலேய அரசால் அதிகாரிகளுக்கு உத்தரவிடப்பட்டது. அனைவருமே பாகுபாடின்றி குற்றவாளிகளாகக் கருதப்பட்டனர். குற்றத்தை மறுப்பது தந்திரமாகப் பார்க்கப்பட்டது. பதிலுக்கு ஆங்கில அரசும் சில தந்திரங்களை இவர்களுக்கு எதிராகப் பயன்படுத்தியது. இவர்களின் உறவினர்களை இவர்கள் முன்பாகவே கொடுமைப்படுத்துவது ஆங்கிலேயர்களின் தந்திரங்களில் ஒன்று. லன்லக் என்ற ஆங்கிலேயர் குற்றப்பரம்பரையினருக்கு எதிராக ஆங்கிலேய அரசு எவ்வகையான தந்திரங்களை எல்லாம் கையாளலாம் என்பது குறித்து தனி அறிக்கை ஒன்றையே தயாரித்துக் கொடுத்தார்.

குற்றப் பரம்பரையினர் நடமாட்டத்தினால் தங்கள் கிராமங்கள் பாதிக்கப்படும் என்ற பயத்தை பிற சாதியினர் இடையே ஆங்கில அரசு தோற்றுவித்தது. அவர்களின் வழக்குகளில் குற்றப்பரம்பரையினரைக் குற்றவாளிகளாகச் சேர்த்து அவர்களைப் பிற சாதியினருக்கு எதிராக ஆங்கில அரசு தூண்டியது.

இந்தச் சட்டத்தின் மிகப்பெரிய அழிவு கி.பி.1920 ஆம் ஆண்டில் உசிலம்பட்டிக்கு அருகில் உள்ள பெருங்காமநல்லூரில் ஏற்பட்டது. கைரேகைச் சட்டம் பெருங்காம நல்லூரில் அமலாக்கப்பட உள்ளது என்ற தகவல் கி.பி.1920 மார்ச் மாதத்தில் அங்கிருந்த மக்களுக்குத் தெரிய வருகின்றது. அவர்கள் அந்தச் சட்டத்தை எதிர்க்க ஒன்றாகக் கூடி முடிவெடுக்கின்றனர். இது ஆங்கில அரசுக்குத் தெரியவர, கி.பி.1920 ஏப்ரல் 3ஆம் தேதி காவல்துறையினர் கிராமத்தை சுற்றி வளைத்து பின்னர் சட்டத்தை அமல்படுத்த முயற்சி செய்கிறார்கள். முதல் கட்டமாக பதிவேட்டை ஊர் நடுவே வைத்துவிட்டு மக்களைக் கைநாட்டு வைக்கக் கட்டாயப்படுத்துகிறார்கள். மக்கள் மறுத்து வாக்குவாதம் செய்ய, எதிர்த்தவர்கள் சுட்டுத் தள்ளப்படுகிறார்கள். சுட்டுத் தள்ளப்பட்டவர்களுக்கு உதவ வந்தவர்களும் சுடப்படுகிறார்கள். காயம் பட்டவர்களுக்கு நீர் கொடுக்க வந்த மாயக்கா என்ற பெண்ணை அதற்காகவே காவலர்கள் சுட்டுக் கொன்றார்கள். பெருங்காம நல்லூரின் 700 மக்கள் கைது செய்யப்பட்டு அங்கிருந்து 20 கி.மீ. தூரத்தில் இருந்த திருமங்கலம் காவல் நிலையத்திற்கு நடத்தி இழுத்துச் செல்லப்பட்டு தண்ணீர் கூட தரப்படாமல் காவலில் வைக்கப்பட்டு பெருங்காம நல்லூரில் இந்தச் சட்டம் அமல்படுத்தப்படுகிறது. இந்த சம்பவம் இந்தியா முழுவதும் பலத்த அதிர்வலைகளை ஏற்படுத்துகிறது.

கி.பி.1933ஆம் ஆண்டில் அரசியல் சட்ட சீர்திருத்தக்குழு முன்பாக நடந்த விசாரணையில் இந்தச் சட்டத்தின் கொடுமைகளைப் பற்றி டாக்டர்.அம்பேத்கர் ஆங்கில அரசுக்கு எடுத்துரைத்தார். கி.பி.1936ல் ஜவஹர்லால் நேரு 'சட்ட நூலில் இருந்து இந்தச் சட்டம் நீக்கப்படுவதற்கு நடவடிக்கை எடுக்கப்பட வேண்டும்' என்றார்.

ப. ஜீவானந்தம், பி.ராமமூர்த்தி, முத்துராமலிங்கத் தேவர், சென்னை உயர்நீதிமன்ற முன்னாள் நீதிபதி சுப்பராவ், ஹரிஜன சேவாசங்கத் தலைவர் கி.சி.தக்கா ஆகியோர் இந்தச் சட்டத்திற்கு எதிராகத் தொடர்ந்து போராடினர்.

கேரளாவைச் சேர்ந்தவரும் மதுரையில் தங்கி இருந்தவருமான வழக்கறிஞர் ஜார்ஜ் ஜோசப் என்பவர் கி.பி.1921முதல் கள்ளர் பகுதிகளில் சுற்றுப்பயணம் மேற்கொண்டு மக்களைத் திரட்டி 'குற்றப் பழங்குடிகள் சட்ட'த்திற்கு எதிராக மட்டுமே போராடி வந்தார். வைக்கத்திற்கு பெரியாரை அழைத்துச் சென்றவரும் இவர்தான். இவரது நினைவாக மதுரை மக்கள் இன்றும் தங்கள் குழந்தைகளுக்கு 'ரோசாப்பூ துரை (சோசப்பு துரை)' என்று பெயர் வைக்கின்றனர்.

கி.பி.1947ல் சுதந்திரத்திற்கு முன்பாகவே காவல்துறை அமைச்சர் பி.சுப்பாராவ் இந்தச் சட்டத்தைத் திரும்பப் பெறுவதற்காக தீர்மானம் கொண்டுவந்தார். அந்த தீர்மானம் வெற்றியும் அடைந்தது. சுதந்திர இந்தியாவில் 1949 ஆகஸ்டில் இந்தச் சட்டம் முழுவதுமாக தள்ளுபடி செய்யப்பட்டது.

இந்தத் தள்ளுபடியால் அதுவரை குற்றப் பரம்பரையினர் என்று ஆங்கிலேயர்களால் அழைக்கப்பட்டவர்கள் சட்டத்தால் 'குற்ற மரபினர் பட்டியலில் நீக்கப்பட்டவர்' என்று அழைக்கப்பட்டனர். இன்றைய இந்தியாவில் 313 நாடோடிப் பழங்குடி மக்களும், 1989 பட்டியலில் இருந்து நீக்கப்பட்ட சீர் மரபினரும் குற்றப் பழங்குடிகள் சட்டத்தின் வடுக்களைச் சுமந்து வாழ்கின்றனர். குற்றப் பரம்பரையினர் - என்று ஆங்கிலேயர்கள் யாரை அழைத்தார்களோ அவர்கள் மண்ணின் மக்களாகவும், சுதந்திரப் போராளிகளாகவும் இருந்தனர் என்பதை நாம் மறந்துவிடக் கூடாது.

# 16

## கஜினி முகமதுவின் விடாமுயற்சி

இன்றும் தமிழகத்தில் விடாமுயற்சிக்கு உதாரணமாக 'தோல்வியால் துவளாத கஜினி முகமது 17 முறை படையெடுத்தான்' - என்று சொல்லப்படுகிறது. நடிகர் சூர்யாவின் 17ஆவது படத்திற்குக் கஜினி என்று பெயர் வைக்கும் அளவுக்கு இந்தச் சொல் வழக்கு தமிழகத்தில் மிகவும் பிரபலம். ஆனால் தென்னிந்தியாவில் மட்டுமே காணப்படும் இந்த வழக்கு, இந்திய வரைபடத்தில் மேல்நோக்கிச் செல்லும்போது மெல்ல மெல்லக் குறைந்து கொண்டே சென்று இந்தியாவின் வடக்குப் பகுதிகளில் காணாமலேயே போகின்றது.

வட இந்தியாவில் பல மாநிலங்களின் மக்களுக்கு கஜினியை ஒரு கொள்ளைக்காரனாகவும் கொடுங்கோலனுமாகவே தெரியும். அவர்கள் அவரை ஒரு விடாமுயற்சியுடைய வெற்றியாளனாகப் போற்றுவது இல்லை. ஏனென்றால் தென்னிந்தியர்கள் முகமது கஜினியைப் பற்றிக் கேள்விப்பட்டவர்கள் வட இந்தியர்களோ அவனால் ஏற்பட்ட

பாதிப்புகளை நன்றாக அறிந்தவர்கள். உண்மையில் விடாமுயற்சிக்கு நல்ல உதாரணம்தானா கஜினி முகமது?

கஜினி முகமது பற்றி நாம் தெரிந்து கொள்ள வேண்டிய அடிப்படை செய்திகளே நிறைய உள்ளன. அவற்றில் முக்கியமான 2 செய்திகள்

1.  கஜினி முகமது முதல் 16 படையெடுப்புகளில் வெற்றிக்காகப் போராடிய ஒரு அரசன் அல்ல. மாறாக முதல் 16 முறைகளிலும் வெற்றிகரமாகக் கொள்ளை அடித்து 17ஆவது முறையும் கொள்ளையடிக்கவே வந்த ஒரு கொள்ளைக்காரன்.

2.  கஜினி முகமதுவின் கொள்ளைகள் பணத்தேவைக்கானவை அல்ல மதத் தேவைக்கானவை.

இனி இதுவரை நமக்குத் தெரியாத கஜினியைப் பற்றி நாம் விரிவாகவே பார்ப்போம். கஜினி முகமதுவின் இயற்பெயர் முகமது இப்னு சபுக்தசின். இன்றைய ஆப்கானிஸ்தானில் உள்ள கஜினி நகரம் அவரது தலைநகரம். அதன் பெயராலேயே அவர் கஜினி முகமது என்று அழைக்கப்பட்டார். அவர் அங்கு ஆட்சி செய்த 32 ஆண்டுகளில் பெரும்பாலான ஆண்டுகளை அவர் போர்க்களங்களிலேயே செலவிட்டார்.

கஜினி ஆட்சிக்கு வந்த வரலாறே ரத்தமும் சத்தமும் நிரம்பிய ஒன்றுதான். ஏனெனில் கஜினியின் அப்பா ஒரு அரசர் அல்ல அடிமை.

கி.பி.10ஆம் நூற்றாண்டில் ஆசியாவில் பரந்திருந்த பாரசீகப் பேரரசிற்கு உட்பட்ட புகாரா என்ற நாட்டை ஆட்சி செய்துவந்த சாமானித் குல அரசர்களிடம் அடிமைப் போர் வீரராக இருந்த 'அபூ மன்சூர் சபுக்தசின்' என்பவர்தான் கஜினி முகமதுவின் தந்தை.

சாமானித் அரசர்களுள் ஒருவரான 'இரண்டாம் நூ' கஜினி முகமதுவின் மீது நம்பிக்கை வைத்து தனது ஆட்சிக்கு உட்பட்ட கோரசான் பகுதியில் 'அமீர்' என்ற உயர்ந்த நிர்வாகப் பதவியில் அவரை நியமித்தார். பின்னர் சாமானித் அரசர்கள் வலுக்குன்றி இருந்ததைப் பயன்படுத்திக் கொண்ட கஜினி முகமது கி.பி.997ல் 'குவாரஹானித் அரசின் சுல்தான்' என்று தன்னைத் தானே அறிவித்துக் கொண்டு, அடுத்த ஆண்டே சாமானித் அரசைப் போர் மூலம் வென்று

தன்னை ஒரு அரசனாக நிலைநிறுத்திக் கொண்டார். பிறகு ஆப்கானிஸ்தானின் காந்தஹார், லச்கர்கா நகரங்களையும் வென்று அவர் தனது அரசை விரிவுபடுத்தினார். போர் மட்டுமே நோக்கமாக இருந்ததால் தனது நாட்டையே ராணுவமயமாக்கிய கஜினி, படைபலத்தைப் பெருக்கியதும் அடுத்து செய்த முதல்வேலையே இந்தியாவிற்குள் படையெடுத்ததுதான்.

கி.பி.1001ஆம் ஆண்டில் இந்தியாவின் பெஷாவரின் மீது கஜினிமுகமது படையெடுத்தார். இதில் அரசன் ஜெயபாலன் தோல்வியடைய, வெற்றியும் செல்வமும் கஜினியின் வசமாயின. முதல் கொள்ளையிலேயே வெற்றி கண்ட கஜினி பின்னர் பீரா, மூல்தான், நவாஸா, நாகர்கோட், நாராயண், நிந்துனா, தானேசர், லோக்காட், மதுரா, கன்னோசி, ராகிப், லோக்கோர், லாகூர், குவாலியர், சோமநாதபுரம் - என்று அடுத்த 15 கொள்ளைகளில் பல்வேறு இடங்களில் வெற்றிகளையே கண்டார். வெகுசில இடங்களில் தோல்வியும் கிடைத்தது. கி.பி. 1025ல் இவரது 16ஆவது படையெடுப்பில் சோமநாதபுரம் கண்ட அழிவு இந்திய வரலாற்றின் சிகப்புப் பொட்டு. இந்தப் படையெடுப்பில் ஆயுதம் ஏந்தாத மக்கள் மட்டுமே 50,000த்திற்கும் மேற்பட்டவர்கள் கொல்லப்பட்டனர். 20,000த்திற்கும் மேற்பட்ட மக்கள் அடிமைகளாகப் பிடித்துச் செல்லப்பட்டனர். இந்தப் படையெடுப்பில் கொள்ளையடிக்கப்பட்ட பொருட்களின் மதிப்பு 20 லட்சம் தினார்கள் என்று சமகால வரலாற்றுக் குறிப்புகள் கூறுகின்றன.

**சோமநாதபுரம் கோவில் (பல அழிவுகளுக்குப் பின் 1869ல்)**

ஜாட்டுகளிடம் போரிடும் கஜினியின் படை

இந்தப் போரை முடித்து ஆப்கானிஸ்தான் திரும்பும் போது கஜினியின் படைகளை இந்திய ஜாட் படைகள் தாக்கின. இதனால் நிலைகுலைந்து, உயிருக்குப் பயந்து ஓடிய கஜினி பின்னர் தனது கடைசிப் படையெடுப்பான 17ஆவது படையெடுப்பை ஜாட்டுகள்மீதுதான் நிகழ்த்தினார்.

கஜினியின் போர்களுக்குப் பின்னாக அவரது ஆதிக்க மனப்பான்மையும், சமய சகிப்பின்மையுமே காரணங்களாக இருந்துள்ளன. வேறு எந்தத் தேவைக்காகவும் அவர் போர்களை மேற்கொள்ளவில்லை. கஜினியின் படையெடுப்புகளில் அவரோடு பயணித்த வரலாற்று ஆசிரியரும் வானவியலாளருமான அல்-பரூனி 'உருவ வழிபாடு செய்யும் இந்துக்கள், பவுத்தர்கள், சமணர்கள் ஆகியோரைத் தண்டிக்கவே முகமது கஜினி புனிதப்போர் தொடுத்ததாக'க் கூறி உள்ளார். இதனால் இவரது போர்களுக்கு சமயத் தலைவர்களின் அங்கீகாரங்கள் கிடைத்தன. இஸ்லாமிய மதத்திற்கு எதிரான காஃபிர்கள் (மாற்று இறை நம்பிக்கை கொண்ட உருவ வழிபாட்டாளர்கள்) மீது புனிதப்போர் தொடுத்ததற்காக இவருக்கு 'யாமின்-உத் - தௌலா' என்ற விருதை இஸ்லாமியத் தலைவரான கலிஃபா வழங்கினார்.

முகமது கஜினியின் மதுரா படையெடுப்பில் அங்கிருந்த கிருஷ்ணன் கோவிலை அவர் இடித்தார். சோமநாதபுரம் படையெடுப்பில் அங்கிருந்த சிவன் கோவிலை அவர்

தரைமட்டமாக்கினார். இவை படையெடுப்பில் நிகழ்ந்த அசம்பாவிதங்கள் அல்ல, அசம்பாவிதங்களை நிகழ்த்தவே மேற்கொள்ளப்பட்ட படையெடுப்பின் விளைவுகள்.

மதமாற்றத்தை முகமது கஜினி கட்டாயப்படுத்தியதால் இன்றைய ஆப்கானிஸ்தான், பாகிஸ்தான் பகுதிகளில் அன்றைக்கு இருந்த பிறமதத்தவர்கள் தஞ்சம் தேடி இந்தியாவின் மகாராஷ்டிரா, உத்திரப் பிரதேசம், பீகார், வங்காளம் போன்ற பகுதிகளுக்குக் குடிபெயர்ந்தனர். வெகுசிலர் தென்னிந்தியா வரையில் வந்தனர்.

கோவில்கள் மட்டுமின்றி பல்கலைக் கழகங்கள், நூலகங்கள் ஆகியவற்றையும் இவர் அழித்தும் கொள்ளையடித்தும் ஒன்றும் இல்லாமல் செய்தார். காந்தார தேசத்தின் உலகப் புகழ்பெற்ற கல்விக் கழகமான தட்சசீலம் இவரது படையெடுப்பினால் அழிந்தது. இந்தியாவில் இருந்த அறிவியல், மருத்துவம், வானவியல், சோதிடம் தொடர்பான நூல்கள் கொள்ளையடிக்கப்பட்டன. பின்னர் பாரசீக மொழிக்கு இவை மொழிபெயர்க்கப்பட்டு மூல நூல்கள் அழிக்கப்பட்டன. ராய் மற்றும் இஸ்ஃபாகான் ஆகிய இரண்டு இடங்களில் இருந்த நூலகங்கள் அப்படியே கஜினி நகரத்திற்கு மாற்றப்பட்டன.

முகமது கஜினி தனது மதத்தின் பிற உட்பிரிவினர்கள் மீதும் கருணையற்ற வகையிலேயே நடந்து கொண்டார். சன்னி பிரிவை ஏற்றுக் கொண்ட கஜினி முகமது பிற பிரிவினரான ஷியா முஸ்லிம்கள், பயித் ஷியா முஸ்லிம்கள்,

அல்-பரூனி

இஸ்மாயிலி ஷியா முஸ்லிம்கள் ஆகியோரைப் பெரும் எண்ணிக்கையில் படுகொலை செய்தார்.

கொடூர எண்ணங்கள் மிக்கவராக கஜினி முகமது இருந்தார் என்பதை அவரது நடவடிக்கைகள் காட்டுகின்றன. தனது முதல் போரில் தோல்வியுற்று சிறைபிடிக்கப்பட்ட அரசன் ஜெயபாலனை தன் முன்பாக தற்கொலை செய்து கொள்ளும்படி கஜினி முகமது ஆணையிட்டது ஒரு சான்று. கஜினியின் வரலாற்றை உடனிருந்து எழுதிய அல்-பரூனியை கஜினி ஒரு கைதியாகக் கைப்பற்றி கைதியாகவே எப்போதும் வைத்திருந்தார். அல்-பரூனி மீது சினமடையும் போதெல்லாம் அவரை மாதக் கணக்கில் தனிமைச் சிறையில் அடைக்கும் பழக்கமும் கஜினி முகமதுவுக்கு இருந்தது!.

கஜினியின் உடனாகப் பயணித்தவராகவும், தீவிர இஸ்லாமிய நம்பிக்கையாளராகவும் அல்-பரூனி இருந்தாலும் அவரால் கூட கஜினியின் அனைத்து நடவடிக்கைகளையும் சரி என்று வரலாற்றில் பதிவு செய்ய முடியவில்லை!. கஜினியின் நடவடிக்கைகளால் இந்திய இந்து அறிஞர்களுடன் பழகி அறிவைப் பெறும் வாய்ப்பை இஸ்லாமிய உலகம் இழக்கிறது என்பதே அவரது கருத்தாக இருந்தது.

பல இடங்களில் அவர் கஜினியின் எதிராளிகளையும் போற்றி உள்ளார். கஜினியால் அடிக்கடித் தாக்கப்பட்டு, எதிர்த்து நின்ற இந்திய இந்து அரசர்களான சாஹாஹியர்களைப் பற்றி ‘அவர்கள் நல்லதைச் செய்வதில் எப்போதும் பின்வாங்கியதில்லை. அவர்கள் நன்னடத்தையும் தின்மையான மனமும் கொண்டவர்கள்’ என்று அல்-பரூனி எழுதி உள்ளது மிகவும் ஆச்சர்யத்திற்கு உரிய ஒன்றாகும்.

இன்று கஜினியைப் போற்றும் மனப்பான்மை அவரது தாய்நாடான ஆப்கானிஸ்தானில் உள்ளது. தங்கள் நாட்டிற்கு செல்வம் சேர்த்தவர் என்று ஆப்கன் மக்கள் அவரைப் போற்றுகின்றனர். பாகிஸ்தானில் கஜினிக்குப் பெரும் புகழ் உள்ளது. ‘இந்தியாவிற்கு அழிவை ஏற்படுத்தியவர்’ - என்ற அடிப்படையில் கஜினியைப் பார்க்கும் அவர்கள் தங்கள் இந்திய வெறுப்பின் வெளிப்பாடாக கஜினியைப் புகழ்கிறார்கள். பாகிஸ்தான் தனது ராணவத்தின் ஒரு படைப் பிரிவுக்கு கஜினி என்றே பெயரிட்டு உள்ளது. அதன் அணு

ஆயுத ஏவுகணைக்கும் கஜினி என்ற பெயரே வைக்கப்பட்டு உள்ளது.

ஆனால் வரலாறு சரியாகத் தெரியாத காரணத்தினாலேயே தென்னிந்தியர்கள் கஜினியைப் போற்றிக் கொண்டு இருக்கின்றோம். அறியாமை என்பதன் அர்த்தமாக நாம் கஜினியை விடாமுயற்சிக்கு உதாரணம் காட்டுவதைக் கொள்ளலாம்.

உலகின் முதல் அணையான கல்லணையைக் கட்டிய கரிகாலன், மலையே இல்லாத நிலத்தில் 6 ஆண்டுகளில் மாபெரும் கற்கோவில் கட்டிய ராஜராஜன், எளிய குடும்பத்தில் பிறந்து கணிதத்தின் எல்லைகளைக் கண்ட ராமானுஜம் - என்று விடாமுயற்சிக்கு நம்மிடம் எத்தனையோ உதாரணங்கள் இருக்க, தகாத உதாரணமாக கஜினி நமக்கு எதற்கு?

# 17

# மைதா எனும் செயற்கை உணவுப் பொருள்

பரோட்டா போட பயன்படுத்தப்படும் மாவு என்ற அளவில் மைதா தமிழகம் எங்கும் பிரபலம். பரோட்டா தவிர நாண் போன்ற சில பிரதான உணவுகளும், பிரட், கேக், பிஸ்கெட் - எனப் பல பேக்கரி உணவுகளும் மைதாவில்தான் தயாராகின்றன. இது தவிர பல உணவுகளில் மைதா பகுதி அளவுக்குக் கலக்கவும்படுகின்றது. உணவகங்களில் உள்ள சப்பாத்தி வெளிரி இருப்பதற்கு, கோதுமையுடன் கலக்கப்படும் மைதாதான் காரணம். மைதா மாவு கோதுமை மாவை விட விலை குறைவானது என்பதால் உணவகத்தினர் பரவலாக இந்தக் கலப்படத்தில் ஈடுபடுகின்றனர்.

இதனைப் படிப்பவர்களில் பெரும்பாலானோர்க்கு மைதாவைத் தெரிந்திருக்கும். மைதாவைப்பற்றித் தெரிந்திருக்குமா? இப்போது சோதிக்கலாம்.

சமைக்கத் தெரிந்த அல்லது சமையலறையைத் தெரிந்த ஒவ்வொருவருக்கும் ஒரு எளிமையான கேள்வி:

'அரிசியில் இருந்து வருவது அரிசி மாவு, கோதுமையில் இருந்து வருவது கோதுமை மாவு, எதிலிருந்து வருகிறது மைதா மாவு?' - யாரிடமாவது பதில் இருந்தால், அந்த பதிலால் அவர் மைதா சாப்பிடுவதை அடியோடு நிறுத்தி இருந்தால் மகிழ்ச்சி. ஆனால் மைதா விரும்பிகள் மேற்கொண்டு படிக்கலாம்.

மைதா அடிப்படையில் ஒரு தொழிற்சாலை உற்பத்திப் பொருள். நேரிடையான மாவு அல்ல. பொதுவாக கோதுமையில் இருந்து அல்லது கோதுமைக் கழிவில் இருந்து அரைத்து எடுக்கப்பட்ட மாவை தொழிற்சாலையில் பதப்படுத்தி மைதா மாவு உருவாக்கப்படுகிறது. தென்னிந்தியாவில் கோதுமை குறைவு என்பதால் இங்கு மரவள்ளிக் கிழங்கில் இருந்து மைதா மாவு தயாரிக்கப்படுகிறது.

கோதுமை மாவும், மரவள்ளிக் கிழங்கு மாவும் பழுப்பு நிறம் கொண்டவை, கொஞ்சம் கரடு முரடானவை. அவற்றில் இருந்து எடுக்கப்படும் மைதா எப்படி வெண்மையாகவும் மென்மையாகவும் இருக்கின்றது?

மைதாவின் வெண்மை நிறத்திற்குக் காரணம் அது பென்சோயில் பெராக்சைடு என்ற ரசாயனம் மூலம் நிறம் போக்கப்படுவதுதான். இப்படி நிறம் போக்கப்படும்போது தவிடு கூட அழகான மாவு போலத் தெரியும். பார்ப்பவர்களையும் இது ஈர்க்கும். ஆனால் இந்த பென்சோயில் பெராக்சைடு சீனா, பிரிட்டன் போன்ற பல நாடுகளால் உடல்நலத்திற்கு தீங்கு விளைவிக்கக் கூடியது என்ற அடிப்படையில் தடை செய்யப்பட்ட ஒன்று. இன்னும் சொல்லப் போனால் நாம் தலை முடிக்கு அடிக்கும் 'டை' எனப்படும் நிறச் சாயத்தில் இந்த

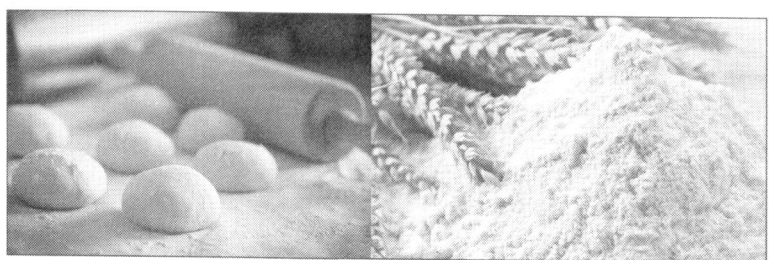

மைதா உணவுப் பொருட்கள்

ரசாயனமே உள்ளது. தலையைக் கருப்பாக்கும் நிறமியைக் கொண்டு உணவை வெளுப்பாக்குவதும் சோற்றுக்குப் பெயிண்ட் அடிப்பது போன்றதுதான். தலையில் அடிக்கும் போதே பென்சாயில் பெராக்சைடு சிலருக்கு ஒவ்வாமையை ஏற்படுத்தக் கூடியதாக உள்ளது. இதை உணவில் சேர்த்தால்? அடுத்து மைதாவின் மென்மையைப் பற்றிப் பார்ப்போம்.

அலோட்சான் என்ற வேதிப்பொருள்தான் மைதாவின் மென்மைத் தன்மைக்குக் காரணமாக உள்ளது. இது பென்சோயில் பெராக்சைடை விடவும் ஆபத்தானது. இதை மனிதர்களோ விலங்குகளோ உண்ணும் போது கணையத்தில் உள்ள பீட்டா செல்களை இது அழிக்கின்றது. பீட்டா செல்கள் அழிந்தால் என்ன ஆகும்?

சோதனைக் கூடங்களில் நீரிழிவு நோய் பற்றி ஆய்வு செய்பவர்களுக்கு நீரிழிவு நோயுள்ள சோதனை எலிகள் தேவை. எலிகள் ஹோட்டல் ஹோட்டலாக சுவைக்கு அலைபவை இல்லையே, அதனால் இயற்கையாகவே நீரிழிவு நோயால் பாதிக்கப்பட்ட எலிகள் ஆய்வாளர்களுக்குக் கிடைக்காது. அப்போது அவர்கள் இந்த அலோட்சானை எலிகளுக்குக் கொடுக்கின்றனர். அலோட்சான் கணையத்தில் உள்ள பீட்டா செல்களை அழிப்பதால் எலிகளுக்கு விரைவிலேயே நீரிழிவு நோய் வந்து அவர்களுக்குத் தரமான ‘நீரிழிவு எலி நோயாளிகள்’ கிடைக்கின்றனர். இங்கு எலிக்கு என்ன நடக்கின்றதோ அதுதான் அலோட்சானால் மனிதர்களுக்கும் நடக்கின்றது. தமிழகத்தில் கடந்த கால் நூற்றாண்டில் நீரிழிவு நோயாளிகள் பல்கிப் பெருகி இருப்பதன் பின்னணியில் இருப்பது அலோட்சான்தான்!.

நம்மில் பலர் பூஞ்சை பிடித்த கோதுமை மாவை, கடலை மாவை, அரிசி மாவைப் பார்த்திருப்போம். யாராவது பூஞ்சை பிடித்த மைதா மாவைப் பார்த்திருக்கிறீர்களா? வாய்ப்புகள் மிகக் குறைவுதான். ஏனென்றால் பூஞ்சை பிடிக்காமல் இருக்க என்றே அதில் வேறு சில ரசாயனங்கள் கூடுதலாகச் சேர்க்கப்படுகின்றன.

மைதாவில் பயன்படுத்தப்படும் இப்படிப்பட்ட ரசாயனங்களால் மைதா ஒரு உணவுப் பொருள் என்ற தகுதியை தயாரிப்பு நிலையிலேயே இழந்துவிடுகின்றது. நாம் ‘தேவையற்றது’ என்று தூக்கி எறியும், நாய்களுக்கு பிஸ்கட்

தயாரிக்கப் பயன்படும் 'தவிடு' மைதாவை விடப் பல மடங்கு சத்து நிறைந்தது, உடல் நலத்திற்கும் உகந்தது எனும்போது மைதாவின் தரத்தை நீங்களே எண்ணிப் பாருங்கள். இந்தக் கேடு நிறைந்த மைதா எப்படி நம் உணவுப் பட்டியலுக்கு வந்தது?

இந்தியாவின் வடக்குப் பகுதியில் கோதுமைதான் உணவின் அரசன். அந்த நிலைக்கு கோதுமை வர, பல்லாயிரம் வகை சிறுதானியங்கள் அழிக்கப்பட்டது தனிக் கதை. ரொட்டி, சப்பாத்தி, பூரி - என வட இந்திய மக்கள் அனைத்து உணவுக்கும் கோதுமையைச் சார்ந்தே இருந்தனர். இந்த நிலையில் இரண்டாம் உலகப் போரின் போது இந்தியாவில் கோதுமைத் தட்டுப்பாடு வர, அந்த சந்தர்ப்பத்தைப் பயன்படுத்திய மைதா 'நான் இருக்கிறேன்' என்று வட இந்தியாவில் முதலில் நுழைந்தது. பரோட்டா, நாண் - போன்ற மைதா உணவுகள் அங்கு தினசரிப் பட்டியலில் இணைந்தன.

பிறகு சுதந்திர இந்தியாவில் தெற்கிலும் உணவுப் பஞ்சம் தலைவிரித்து ஆடிய போது, உதவிக் கரம் நீட்ட வந்த அமெரிக்க, ஐரோப்பிய நாடுகள் ஒன்றுக்கும் உதவாத மைதாவை உணவாக வாரி வழங்கின. அப்போதுதான் தமிழர்கள் மைதாவை நேருக்குநேர் சந்தித்தார்கள். 'வடக்குல ஏதோ பரோட்டா... இழுத்துப் பிச்சி சாப்பிடுவாங்களாம்' என்று அதுவரை கதை பேசிக் கொண்டிருந்த தமிழக மக்களால் முதலில் பரோட்டாவை ஏற்கவே முடியவில்லை. பசியால் வேறு வழி இல்லாமல்தான், ஏதோ பிளாஸ்டிக்கைச் சாப்பிடுவது போல அதனைச் சாப்பிட்டார்கள்.

1951 ஆம் ஆண்டில் வெளியான தமிழ்த் திரைப்படமான 'சிங்காரி'யில் வரும் ஒரு பிரபலமான பாடலில் துவக்க வரிகள்

'ஒரு ஜான் வயிறு இல்லாட்டா இந்த உலகினில் ஏது கலாட்டா?
உணவுப் பஞ்சமே வராட்டா நம்ம உயிர வாங்குமா பரோட்டா?'

- இந்தத் துவக்க வரிகளில் 'இதப்போயி திங்கறோமே!' என்ற துக்கம் தெரியும்.

ஆனால் பிறகு பழகப் பழக பரோட்டா நமக்கும் பிடித்துப் போனது. 1970களில் ஒரு இட்லியும் ஒரு பரோட்டாவும் ஒரே விலைக்கு விற்கப்பட்டன. 1990களில் ஒரு பரோட்டா

2 இட்லிகளின் விலைக்கு விற்கப்பட்டது. இப்படியாக பரோட்டா சாப்பிடுவது தற்காலத் தமிழர் நாகரிகத்தில் ஒரு தவிர்க்க இயலாத பகுதியானது.

தீமை தரும் மைதாவில் இருந்து உருவான தீமை தரும் பரோட்டாவில் இன்னும் பல தீய கூட்டாளிகள் பங்கெடுத்துக் கொண்டனர். மைதாவிற்கு அடுத்து பரோட்டாவின் அடுத்த மூலப் பொருளான 'எண்ணெய்'யும் முதலில் நல்லெண்ணெய் அடுத்து கடலை எண்ணெய் என்று மாறி, கடைசியில் சூரிய காந்தி எண்ணெய்யில் வந்து நிற்கின்றது. இந்தச் சூரியகாந்தி எண்ணெய்யில் பல நிறுவனங்கள் பெட்ரோலியத்தில் இருந்து கிடைக்கும் குருடாயிலை சுத்திகரித்துக் கலக்கின்றன!. இதனையும் நாம் சேர்த்தே விழுங்க ஆரம்பித்தோம். பரோட்டா மென்மையாக இருக்க வேண்டுமென்றால் மைதா மாவை எண்ணெய் ஊற்றிப் பிசைந்து ஊற வைக்க வேண்டும், பின்னர் அதை வட்டமாகத் தட்டவும் எண்ணெய் ஊற்ற வேண்டும், சிலர் வாசனைக்காக இதில் டால்டாவையும் சேர்க்கின்றனர். இப்படியாக குருடாயில் டால்டாவுடன் கலந்து உள்ளே போய் அதன் பங்குக்கு சில தீமைகளை செய்ய ஆரம்பித்தது. பின்னர் இன்னும் கொடிய கொத்து பரோட்டா பிரபலமானது.

பிறகு எண்ணெய்யில் முழு பரோட்டாவையும் பொறிக்கும் வழக்கம் வந்து 'பொறிச்ச பரோட்டா' அறிமுகம் ஆனது. இத்தனை நாட்களாக விழுங்கிய குருடாயிலை இப்போது நாம் குடிக்கவே பழகிவிட்டோம். இவ்வளவு எண்ணெய்யும், டால்டாவும் உள்ளே போய் இரத்தத்தில் கலக்கின்றன. இதனால் கிட்னி பழுது, இதய வால்வு பழுதுகள், ஹார்ட் அட்டாக் போன்றவை நீரிழிவு நோயுடன் கை கோர்த்துப் பெருகுகின்றன. இதன் அடுத்த கட்டமாக 2010ஆம் ஆண்டுக்குப் பிறகு மதுரைப் பகுதிகளில் சிகப்பு, பச்சை நிறங்களில் 'கலர் பரோட்டாக்கள்' பிரபலம் அடைந்து வருகின்றன. இவற்றில் கலக்கப்படும் நிறமிகள் எதுவும் அங்கீகரிக்கப்பட்டவை அல்ல!.

இந்த பரோட்டாவுக்கு துணை உணவாக கோழிக் கறி பெரும்பாலும் உண்ணப்படுகின்றது. இப்போதெல்லாம் எல்லா உணவகங்களிலும் பிராய்லர் கோழிகள்தான். இந்த பிராய்லர்களைச் சாப்பிடும் 100 பேரில் 65 பேருக்கு

கல்லீரல் வீக்கம் வருவதாக சென்னையில் மருத்துவக்குழு மேற்கொண்ட ஆய்வில் தெரிய வந்தது. மைதாவின் மரண நண்பர்கள் இப்படியாக அமைத்த மெகா கூட்டணியுடன் தான் நமது இரவு உணவுகள் பெரும்பாலும் முடிகின்றன! (கடைசி இரவு உணவு?).

திடீர் உணவுப் பழக்கங்கள் எவ்வளவு பெரிய சீரழிவை ஏற்படுத்தும் என்பதற்கு மைதா ஒரு உலகளாவிய உதாரணம். பண்டைய தமிழர்கள் உணவு சத்தாக இருக்கின்றதா என்று பார்த்தார்களே ஒழிய அழகாக இருக்கின்றதா என்று பார்க்கவில்லை. இப்போதோ நமக்கு சத்து பற்றிய அடிப்படை அறிவே இல்லை. நுண்ணிய மாவாக உள்ள மைதாவைப் பார்த்த உடனேயே 'இவ்வளவு பொடிசா இருக்கே... எப்படிச் செரிக்கும்' - என்று கேட்ட பாட்டிகளின் கேள்விகளை நாம் தூரம் தள்ளி வைத்துவிட்டோம். 'மெலிதாக அரைக்கப்பட்ட நார்ச்சத்து இல்லாத மைதா செரிமானத்தை மந்தமாக்கும்' என்று மருத்துவர்களே இன்று மனமிறங்கி உண்மையை சொல்லும் போதோ நாமெல்லாம் மைதாவின் அடிமைகளாகவே மாறிவிட்டோம்.

மைதா ஒரு குறியீடுதான். மைதாவில் துவங்கிய இந்த மரணச் சங்கிலி தமிழர்களின் உணவுப் பண்பாட்டை எங்கோ ஒரு இருண்ட மூலைக்குக் கொண்டு போய்க்கொண்டே இருக்கின்றது. உணவு உலகத்தின் அரசனாக இருந்த பாரம்பரிய மிளகு இன்று நம் உணவில் இல்லை, அதன் இடத்தில் உதவாத 'மிளகாய்' வந்து உட்கார்ந்து கொண்டது (மிளகுக்கு பதிலாக வந்தது என்பதால் தான் 'மிளகு ஆய்' என்று பெயர்). உலகின் மிகச்சிறந்த காலை உணவான இட்லியைத் தமிழர்கள் இப்போது அதிகம் தவிர்க்கிறார்கள். உடல் வெப்பத்தையும், மல வெளியேற்றத்தையும் சீராக வைக்கும் பழைய சோற்றை இன்று இரண்டில் ஒரு தமிழன் சாப்பிடுவதே இல்லை. சிறுதானியம் உண்ணும் வழக்கங்கள் எல்லாம் மாதத்தில் ஒரு முறை ஏதோ சடங்கு போல நடக்கின்றது. வீட்டின் அடுப்பில் கரப்பான் பூச்சிகளைத் தூங்க வைத்துவிட்டு நாக்கைத் தொங்கப் போட்டுக்கொண்டு உணவகங்களில் பரோட்டா சாப்பிடுபவனாக தமிழன் மாறிவிட்டான். விருந்தோம்பல் என்ற பண்பாடு தமிழனை

விட்டு எங்கேயோ போய்விட்டது. ஆனால் உலகின் எல்லா மக்களும் நம்மைப் போல இல்லை.

2000ஆம் ஆண்டுக்குப் பிறகு, மக்கள் அளித்த புகார்களின் அடிப்படையில் சீன அரசு பென்சோயில் பெராக்சைடைத் தடை செய்வது குறித்து முதலில் கருத்துக் கணிப்பு நடத்தியது. அந்தக் கருத்துக்கணிப்பில் பெரும்பாலான மக்கள் 'தடை செய்ய வேண்டும்' என்றே கருத்துத் தெரிவித்தனர். மக்களின் உணர்வுகளுக்கு மதிப்புக் கொடுத்த சீன அரசு 2011ஆம் ஆண்டு மே ஒன்றாம் தேதி முதல் பென்சோயில் பெராக்சைடையும் அதுபோன்ற சில நிறமிகளையும் தடை செய்தது. பலநாடுகளில் இப்படியான கட்டுப்பாடுகள் வந்துவிட்டன.

ஆனால் நம்நாட்டில் அரசை வலியுறுத்த வேண்டிய மக்களுக்கே விழிப்புணர்வு போதிய அளவு இல்லை. தமிழகம் இன்னும் மோசம். இந்தியா முழுவதும் மேகிக்கு தடை வந்த போது தமிழக மக்கள் மேகியை வாங்கி இருப்பு வைத்துக் கொண்டிருந்தனர் என்ற ஒன்று போதும் நம் விழிப்புணர்வை மெச்ச. ஆறு அங்குல நாக்கு இங்கு ஆறடித் தமிழர்களை மீளா உறக்கத்தில் ஆழ்த்திக் கொண்டிருக்கின்றது. கேரளாவில் மைதாவுக்கு எதிரான பிரசாரங்கள் ஓங்கிவிட்டன. தமிழகத்தில் வெகுசில இடங்களில் மைதா எதிர்ப்புப் பிரசாரங்கள் தலை தூக்கி உள்ளன. இவை இன்னும் வளர வேண்டும்.

இனிவரும் மக்களாவது மைதாவின் தீமையை உணர வேண்டுமென்றால், அதன் பிரதான உணவு வகையான பரோட்டாவைத் தவிர்க்க வேண்டுமென்றால், ஐரோப்பிய யூனியனும், கனடாவும் மைதாவுக்கு தடை விதித்ததைப் போல நமது நாட்டிலும் தடை விதிக்க வேண்டும். அல்லது குறைந்த பட்சம் பாட நூல்களில் 'உணவுப் பொருட்கள்' பட்டியலில் இருந்தாவது மைதாவை நீக்க வேண்டும், அதன் தீமையை பாடத்தில் சேர்க்க வேண்டும். முதற்கட்டமாக இதைப் படிக்கும் நீங்கள் உங்கள் வீட்டிலாவது மைதா தடையை செயல்படுத்துங்கள். உங்கள் உறவினர்கள் சுற்றத்தினர்களையாவது காப்பாற்றுங்கள்.

மைதா என்பது உணவுப் பொருளா? ஒரேயடியான இருளா? - சிந்தித்துக் கொள்ளுங்கள்.

# 18

## நைட்ரேட் எனும் செயற்கை உரம்

**உ**ரம் என்று சொன்னாலேயே நைட்ரேட், பாஸ்பேட், பொட்டாசியம் - ஆகிய பெயர்கள்தான் நம் நினைவுக்கு வரும். இவற்றில் மிகவும் அடிக்கடி அறிய நேர்ந்த பெயர் நைட்ரேட். அம்மோனியா, யூரியா - என்று அழைக்கப்படும் உரங்கள் எல்லாம் நைட்ரேட்டை அடிப்படையாகக் கொண்டவைதான். நைட்ரேட் நைட்ரஜனின் ஒரு வடிவம்.

நாம் சுவாசிக்கும் காற்றில் 78 சதவீதம் இந்த நைட்ரஜன்தான் உள்ளது, ஆக்ஸிஜன் 21 சதவீதம்தான். இப்படிக் காற்றெல்லாம் நைட்ரஜன் இருந்தாலும் அவற்றைத் தாவரங்களால் பயன்படுத்த முடியாமல் இருப்பதற்குக் காரணம் அவை மூலக்கூறு வடிவில் இருப்பதுதான். இந்த வடிவத்தின் பிணைப்பைத் தாவரங்களால் உடைக்க முடியாது என்பதால் மூலக்கூறு நைட்ரஜன் தாவரங்களுக்குப் பயன்படாது. தாவரங்களுக்குத் தேவை பிக்ஸ்ட் நைட்ரஜன் என்ற நைட்ரஜன் வாயு. இந்த நைட்ரஜன்

வாயுவில் இருந்துதான் புரதங்களையும் அமினோ ஆசிட்களையும் பிற மூலக்கூறுகளையும் தாவரங்கள் (மற்றும் விலங்குகள் கூட) உருவாக்குகின்றன. இந்த நைட்ரஜன் வாயுவை நைட்ரேட்டால் உருவாக்க முடியும்.

உரங்கள் என்ற ஒன்று கண்டுபிடிக்கப்படுவதற்கு முன்பு நைட்ரேட்டைக் கொண்டு நிலத்தை வளப்படுத்த நாம் நுண்ணுயிரிகளையே நம்பி இருந்தோம். பல்லாயிரம் ஆண்டுகால விவசாய அனுபவத்தின் பலனாக குறிப்பிட்ட சில தாவர வகைகள் மூலம் நுண்ணுயிரிகளை ஈர்த்துப் பயன்படுத்த நாம் அறிந்திருந்தோம்.

பயறு, உளுந்து, மொச்சை ஆகிய இருவித்திலைத் தாவரங்களை வயலில் வளர்க்கும்போது இந்த நுண்ணுயிரிகள் அவற்றின் வேர்களைத் தாக்கி அவற்றில் முடிச்சுகள் போன்ற அமைப்பை உருவாக்கி அங்கே அமர்ந்து கொள்ளும். பின்னர் இவை காற்றிலும் நீரிலும் உள்ள நைட்ரஜனை நைட்ரஜன் வாயுவாக மாற்றி, இயற்கையான அம்மோனியா, யூரியாவை உற்பத்தி செய்யும்.

இன்று நாம் விளைவிக்கும் பிரதான விளைபயிர்களான நெல், கரும்பு, கோதுமை ஆகிய எதற்கும் நுண்ணுயிரிகளை ஈர்க்கும் பண்பு கிடையாது. அதனால் முதல் விளைச்சலில் நெல், கரும்பு, கோதுமை இவற்றில் ஏதாவது ஒன்றை அறுவடை செய்த பிறகு மறுவிளைச்சலில் பயிறுவகைகளைப் போடும் வழக்கம் நெடுங்காலமாக நம்மிடம் இருந்தது.

*தாவரத்தின் வேர்முடிச்சுகள்*

இதன் மூலம் தொடர்ச்சியாக மண்ணின் வளம் நம்மால் பாதுகாக்கப்பட்டது.

ஆனால் நெல், கரும்பு, சோளம் - ஆகியவற்றை தேவை கருதி அடுத்தடுத்த விளைச்சல்களில் தொடர்ந்து விளைவிக்க நேர்ந்தபோது, மண்ணின் வளத்தைக் காக்க நுண்ணியிரிகள் நமக்குக் கைகொடுக்கவில்லை. இப்போது இயற்கை உரங்கள் விவசாயிகளால் நாடப்பட்டன. மாடுகள், குதிரைகள் போன்ற தாவரம் உண்ணும் விலங்குகளின் கழிவுகள், மட்கிய தாவர குப்பைகள், மண்புழு கழிவுகள் ஆகியவற்றிலும் நைட்ரஜன் வாயு இருந்ததால் நாம் அவற்றைப் பயன்படுத்தத் தொடங்கினோம்.

இப்படியாக நைட்ரேட் குறித்த அறிவையும் அறிமுகத்தையும் பெற்ற விவசாய நாடாக இந்தியா பல நூற்றாண்டுகளாக இருந்து வந்தபோது, மேற்கத்திய நாடுகளின் நிலையோ மிகவும் மோசமாக இருந்தது. கி.பி.19ஆம் நூற்றாண்டுவரையில் உரத்திற்காக அவர்கள் தலையைப் பிய்த்துக் கொண்டிருந்தார்கள். அப்போது தங்கள் நாடுகளில் குறிப்பிட்ட வளங்கள் இல்லாதபோது காலணி நாடுகளையும் அண்டை நாடுகளையும் சுரண்டியே சமாளிக்கும் அவர்களது மூளை, உரத்தையும் அப்படியே சுரண்டச் சொன்னது. அவர்கள் நைட்ரேட் அதிகம் உள்ள அயல்நாட்டு மூலங்களைத் தேட ஆரம்பித்தார்கள்.

தென்னமெரிக்க கண்டத்தின் 'பெரு' நாட்டில் உள்ள சிறிய, மனித நடமாட்டம் குறைவான தீவொன்றில் குவானோ (Guano) என்ற கடல் பறவைகள் தங்கி பல நூற்றாண்டுகளாக வாழ்வதையும், அந்தத் தீவில் உள்ள பள்ளத்தாக்குப் பகுதிகளில் குவானோக்கள் இட்ட எச்சங்கள் மட்டுமே டன் டன்னாக இருப்பதையும் அவர்கள் கண்டுபிடித்தார்கள். அந்தத் தீவே இதனால் 'குவானோ தீவு' என்று அழைக்கப்பட்டது. இந்தக் குவானோ எச்சங்களில் நைட்ரேட்டுகள் இருந்தன.

இந்தக் கண்டுபிடிப்பால் குவானோ எச்சங்கள் அடுத்த சில பத்தாண்டுகளுக்கு ஐரோப்பிய, அமெரிக்க நாடுகளின் பிரதான உரமானது. குவானோ உரத்தை வெட்டி அள்ளும் பணியில் பல பெரிய நிறுவனங்கள் ஈடுபட்டன. நூற்றாண்டுகள் பழமையான கழிவை வெட்டி அள்ளுவது குடலைப் புரட்டும் வேலை என்பதால் சீனாவில் இருந்து கொத்தடிமைகளை வேலைக்கு அமர்த்தி இந்தப்

பணியை மேற்கத்திய நாடுகள் மேற்கொண்டன. மக்கள் வரத்தால் குவானோக்கள் வரத்து ஒரு பக்கம் குறைய, திடீரென ஓர்நாள் இந்த உரம் விரைவில் தீரப் போகிறது என்பது எல்லோர் தலையிலும் இடியைப் போடும் செய்தியாக வந்தது. அப்போது ஐரோப்பாவின் பெரும்பாலான விவசாயிகள் குவானோ எச்சத்தில் விவசாயம் செய்யப் பழகி இருந்தார்கள்.

குவானோ பறவை

குவானோ இனி காலைக் கடன் கழித்தால்தான், ஐரோப்பா தன் விவசாயக் கடன்களைக் கழிக்க முடியும் என்ற வினோத நிலையில், பெருவிலேயே மாற்று உரங்கள் கிடைக்குமா என்று ஆராய்ச்சியாளர்கள் தேடத் துவங்கினர். பெருவில் சோடியம் நைட்ரேட் என்ற ஒரு வகை வெடியுப்பு முன்னராகவே கண்டுபிடிக்கப்பட்டு இருந்தது. இந்தியாவிலும் சீனாவிலும் பல நூற்றாண்டுகளாகப் பயன்படுத்தப்பட்டு வந்த வெடியுப்பான பொட்டாசியம் நைட்ரேட் அளவிற்கு இது வீரியம் மிக்கதாக இல்லாவிட்டாலும், 'ஆலையில்லா ஊருக்கு இலுப்பைப்பூ சர்க்கரை' என்ற அளவில் இது ஒரு மகத்தான மேற்கத்திய கண்டுபிடிப்பு. இதனைக் கொண்டு ஆற்றல்

குவானோ உர விளம்பரம்
(1884)

குறைவான வெடிமருந்துகள் மேற்கத்திய நாடுகளில் உருவாக்கப்பட்டன.

இந்த சோடியம் நைட்ரேட்டில் ‘நைட்ரேட்’ மூலக் கூறுகள் இருப்பதால், இதனையே உரமாகத் தெளித்து விவசாய ஆராய்ச்சிகள் நடந்தன. அது ஓரளவுக்குப் பயன் கொடுத்தது. ‘எதைத் தின்றால் பித்தம் தீரும்?’ என்று காத்துக் கிடந்த மேற்கத்திய விவசாயிகளும் இந்த வழிமுறையைப் பின்பற்றத் தொடங்கினர். வேறு வழியே இல்லை என்றால் வெடிமருந்தை உரமாகப் பயன்படுத்தலாம் என்ற ஒரு கண்டுபிடிப்பு இப்போது நிகழ்ந்தது. இதனை நிகழ்த்திய விவசாயிகளுக்கு அப்போது உலக வரலாற்றின் ஒரு மோசமான அத்தியாயத்தை நாம் துவங்கி வைத்திருக்கின்றோம் என்பது தெரியாது.

இந்நிலையில், பெருவுக்கும் அதன் அண்டை நாடான சீலேவுக்கும் இடையே போர்கள் ஏற்பட்டன, அதன் முடிவில் வெடியுப்பு கிடைக்கும் பகுதிகளை சீலே தனதாக்கிக் கொண்டது. இத்தனை நாட்களாக பெருவைச் சுரண்டிய நாடுகள் எதுவும் இப்போது அதற்கு ஆதரவுக் கரம் நீட்டவில்லை, ‘பெரு உப்பு’ என்று அழைக்கப்பட்ட வெடியுப்பு இப்போது ‘சீலே உப்பு’ என்று அழைக்கப்பட்டதுதான் ஒரே ஒரு மாற்றம்.

மேற்கத்திய விவசாயத்தில் குவானோ கழிவுகள் முன்பு பெற்றிருந்த இடத்தை, சீலே உப்பு தனதாக்கிக் கொண்டிருந்த நேரத்தில், 19ஆம் நூற்றாண்டு இன்னும் ஒரே ஆண்டில் முடிய இருந்த போது 1899ல் சர் வில்லியம் குரூக்ஸ் என்ற பிரித்தானிய அறிவியலாளருக்கு ஒரு சந்தேகம் தோன்றியது ‘குவானோ கழிவைப்போல சீலே உப்பும் தீர்ந்துவிட்டால்?’.

சீலே உப்பு தீர்ந்து போனால் விவசாய உரத்திற்கு ஐரோப்பிய, அமெரிக்க நாடுகள் எதனிடமும் அப்போதும் மாற்று வழிகள் இல்லை. பஞ்சம், பட்டினி, மரணங்கள் எல்லாம் கட்டாயம் நடக்கும். மக்கள் வேறு அப்போது ‘வெடிமருந்தை உரமாக்கலாம்’ என்று தெரிந்து வைத்திருந்தார்கள். அவர்கள் அதற்காக அரசுக்கு எதிராகப் போராடுவார்கள். அப்போது ஒன்று அரசின் வெடி மருந்துகளை எல்லாம் மக்களுக்காகப் பயன்படுத்தி பஞ்சம் தீர்க்கலாம் அல்லது மக்கள் மீதே பயன்படுத்தி வெடி மருந்துகளை காக்கலாம். இந்த நிலை பிரிட்டனை அச்சுறுத்தியது.

இந்தியா, சீனா ஆகிய இரண்டு நாடுகளில் இருந்தும் வெடியுப்புகளைக் கொள்ளை அடித்துக் கொண்டிருந்த பிரிட்டனுக்கே இந்த பயம் எனும்போது, தனது உரத் தேவை, வெடி மருந்து தேவை ஆகிய இரண்டுக்குமே சீலே உப்பைப் பிரதானமாக நம்பியிருந்த ஜெர்மனியின் நிலையை நீங்களே ஊகித்துக் கொள்ளுங்கள்.

சீலே உப்பு பிரிட்டன் வழியாகத்தான் ஜெர்மனிக்கு வந்தாக வேண்டும் என்ற சூழலில் ‘நாளைக்கே பிரிட்டனுடன் போர் ஏற்பட்டு, வெடியுப்புக் கப்பல்களை பிரிட்டன் வழிமறித்துவிட்டால்?’ என்ற எண்ணமே ஜெர்மனிக்கு குலை நடுக்கத்தைத் தந்தது. தோல்வி பயம் முதல் உலகப் போருக்கு முன்பாகவே ஜெர்மனியைக் கவ்விக் கொண்டது.

மாற்று வழியில் தனக்கு நைட்ரேட் தேவை என்பதை ஜெர்மனி உணர்ந்தது. வில்ஹெல்ம் ஆஸ்வால்ட், வால்தெர் நெர்ன்ஸ்ட் ஆகிய அறிவியலாளர்கள் ‘நைட்ரஜனில் இருந்து நைட்ரேட்டைப் பிரித்தெடுத்தல்’ பற்றி ஏற்கனவே ஆய்வுகள் செய்து இருந்தார்கள். அழியும் இயற்கை மூலங்களில் இருந்து இல்லாமல், ஆய்வகங்களிலும் தொழிற்சாலைகளிலும் வைத்து நைட்ரேட்டைத் தயாரிக்கலாம் என்ற எண்ணத்தை இந்த ஆய்வுகளே ஊன்றின. இந்த ஆய்வுகளை ஜெர்மானிய அறிவியலாளர் பிரிட்ஸ் ஹேபர் மேம்படுத்தி புதிய ஆய்வுகளைச் செய்யத் துவங்கினார்.

‘அதிக அழுத்தத்திலும் வெப்பநிலையிலும் ஆஸ்மியம் என்ற வினையூக்கி முன்னிலையில் நைட்ரஜனை உடைத்து அதனை ஹைட்ரஜனுடன் கலந்தால் (நைட்ரேட்டின் வடிவங்களுள் ஒன்றான) அம்மோனியா கிடைக்கும்’ - என்று ஹேபர் கண்டறிந்தார். இது ஹேபர் வழிமுறை என்றே இன்றும் அழைக்கப்படுகிறது. ஆரம்ப கட்டத்தில் இப்படிச் செய்யும் போது அதிக வெப்பநிலையால் அம்மோனியா உடைந்து போவது முக்கிய சிக்கலாக இருந்தது. பின்னர் மிக அதிக அழுத்தத்தில் குறைவான வெப்பநிலையே போதுமானது என்று ஹேபர் கண்டறிந்தபோது தீர்வுகள் எளிதாயின. ஆய்வகத்தில் இருந்து நைட்ரேட் தயாரிக்க இந்த முறை வெற்றிகரமாகப் பயன்பட்டது. ஆனால் ஆஸ்மியம் அரிதான ஒன்றாக இருந்ததால் அதிக நைட்ரேட்டை ஹேபரால் உற்பத்தி செய்ய முடியவில்லை.

பிரிட்ஸ் ஹேபர்

கார்ல் பாஷ்

இந்நிலையில் ஹேபரிடம் இருந்து ஹேபர் வழிமுறையை பி.ஏ.எஸ்.எஃப். (*BASF*) என்ற ஜெர்மானிய நிறுவனம் விலைக்கு வாங்கியது. அந்த நிறுவனத்தைச் சேர்ந்த கார்ல் பாஷ் என்பவர் ஆஸ்மியத்திற்கு பதிலாக மாற்றங்களுக்கு உட்படுத்தப்பட்ட இரும்பை வினையூக்கியாகப் பயன்படுத்தி வெற்றி கண்டார். நைட்ரேட் தயாரிப்பிற்கு இனி தொழிற்சாலைகளே போதும் என்ற நிலையில் ஜெர்மனியின் ஒப்பா நகரில் ஒரு தொழிற்சாலையை பாஷ் உருவாக்கினார். காற்றில் இருந்து எடுக்கப்பட்ட நைட்ரஜன், நீரில் இருந்து எடுக்கப்பட்ட ஹைட்ரஜன் இவற்றைக் கொண்டு திரவ அம்மோனியாவை இந்த தொழிற்சாலை உருவாக்கியது.

இந்த அம்மோனியா ஒரு பக்கம் வெடிமருந்து தயாரிப்பிலும், மறுபக்கம் உரத் தயாரிப்பிலும் பயன்படுத்தப்பட்டது. ஜெர்மனியின் நைட்ரேட் உற்பத்தி ரகசியம் பிரான்சுக்குப் பின்னர் தெரிய வந்தது. பிரான்சிடம் இருந்து பிரிட்டன் அதனைக் கடத்தியது, பிரிட்டனிடம் இருந்து அமெரிக்கா அதை விலைக்கு வாங்கியது.

இப்படியாக இரண்டாம் உலகப் போருக்கு முந்தைய காலகட்டத்திலேயே மேற்கத்திய நாடுகள் முழுவதும் நைட்ரேட் ஆலைகள் பெருகின. கூடவே பொட்டாஷ், பாஸ்பேட் ஆலைகளும் செழித்தன. ஐரோப்பிய அமெரிக்க நாடுகளை அடுத்தடுத்துப் போர்கள் செய்யத் தூண்டியதில் இந்த ஆலைகளுக்குப் பெரும் பங்கு உண்டு. இவற்றுக்கு இடையேயான இறுதிப் போர்தான் இரண்டாம் உலகப் போர்.

ஏன் இப்போது ஐரோப்பாவின் கதை நமக்கு? காரணம் இருக்கிறது. இரண்டாம் உலகப் போருக்குப் பின்புதான் இந்தியா உள்ளிட்ட உலக நாடுகளிடையே 'பசுமைப் புரட்சி' அறிமுகமாகின்றது. இதன் மூலம் நைட்ரேட், பொட்டாஷ், பாஸ்பேட் ஆகிய உப்புகள் உரங்களாக நமது மண்ணில் விழுத் தொடங்குகின்றன. உலகப் போர்களை வெடிமருந்துகளாக இருந்து இயக்கிய இந்த உப்புகள், உலகப் போர் முடிந்த பிறகு பசுமைப் புரட்சியை உரங்களாக இருந்து இயக்கியது நிச்சயம் தற்செயலான ஒன்றாக இருக்க முடியாது. உலகப் போருக்கும் பசுமைப் புரட்சிக்கும் உள்ள தொடர்பு என்ன?

இரண்டாம் உலகப் போரின் போது வெடி உப்புகளை வகைதொகை இல்லாமல் தயாரித்து ஒவ்வொரு ஐரோப்பிய நாடும் இருப்பு வைத்துக் கொண்டது. உலகப் போர் முடிந்த பின்னர் மலைபோல குவிந்து இருந்த இந்த ரசாயனங்களை என்ன செய்வது என்றே அவர்களுக்குத் தெரியவில்லை.

அத்தோடு இரண்டாம் உலகப் போரின் முடிவில் ஜப்பான் மீது அமெரிக்கா வீசிய அணுகுண்டுகள் 'இனி போர்க்களங்களில் வெடிமருந்துகளுக்கு எதிர்காலம் இல்லை, அணுஆயுதங்களுக்கே எதிர்காலம்' என்ற செய்தியை மேற்குலக நாடுகளுக்குச் சொன்னது. அதனால் அடுத்த போரை எதிர்பார்த்து ரசாயனங்களை இருப்பு வைக்கவும் மேற்கத்திய நாடுகள் விரும்பவில்லை. இந்நிலையில் காற்றில் தூவினால் இரண்டு கண்டங்களை மறைக்கக் கூடிய அளவிற்கு இருந்த ரசாயனங்கள் முதலில் அவர்களுக்குத் திகைப்பையே தந்தன.

முன்னர் வெடியுப்புகளை உரங்களாகப் பயன்படுத்திய 'சீலே உப்பு' சம்பவம் மேற்கத்திய விஞ்ஞானிகளுக்கு இங்கே கை கொடுத்தது. வெடி மருந்திற்காக தயாரிக்கப்பட்ட ரசாயனங்கள் எல்லாம் இப்போது ஒரே நாளில் உரமாகப் பெயர் மாற்றம் அடைந்தன. இதில் நாம் கவனிக்க வேண்டிய செய்தி, உலக அளவில் விவசாயத்திற்கு செயற்கை உரம் தேவைப்பட்டதாலோ, வெடியுப்புகள் சிறந்த உரங்கள் என்பதாலோ அவை உரமாக சந்தைகளுக்கு வரவில்லை. அவை உலகப் போரின் கழிவுகளாகத்தான் சந்தைகளைத் தாக்கின என்பதைத்தான். வெடி மருந்துகள் உரங்களாகப் பெயர் மாறியதைப் போலவே, வெடிமருந்துத் தொழிற்சாலைகளும் பெயர் மாற்றம் கண்டு தொடர்ந்து

இயங்கின, உதாரணமாக அமெரிக்காவில் வெடிமருந்திற்காக நைட்ரேட் தயாரித்து வந்த 10 தொழிற்சாலைகள் ஒரே நாளில் 'உரத் தொழிற்சாலைகள்' ஆகின.

வெடி மருந்துகளுக்கு அடுத்தபடியாக, போர்க்களங்களில் எதிரிகளைக் கொல்ல பயன்படுத்தப்பட்ட விஷங்களை என்ன செய்வது என்ற கேள்வி பிறந்தது. 'மனிதர்களைக் கொல்ல உருவாக்கிய விஷங்கள் பூச்சிகளைக் கொல்லாதா?' - என்ற நம்பிக்கையில் அவை பூச்சிக் கொல்லிகள் என்று பெயர் பெற்றன!. இத்தனைக்கும் வெடியுப்புகளையும், ஆட்கொல்லி விஷங்களையும் விவசாயத்தில் பயன்படுத்தினால் அவை எந்த மாதிரியான பாதிப்புகளை எல்லாம் ஏற்படுத்தும் என்று எந்த நம்பத் தகுந்த ஆய்வும் அப்போது மேற்கத்திய நாடுகளிடம் இல்லை.

இருப்பில் உள்ள ரசாயனங்களையும் புதிதாக தயாரிக்கும் ரசாயனங்களையும் அப்படியே தலையில் கட்ட மேற்குலக நாடுகளின் விவசாயப் பரப்பளவு போதுமானது இல்லை என்பதால், ஆப்ரிக்க, ஆசிய நாடுகளுக்குள் பசுமைப் புரட்சி நுழைக்கப்பட்டது. ஆப்ரிக்க, ஆசிய நாடுகளில் அவ்வப்போது வந்த பஞ்சங்களுக்கு இவையே தீர்வு என்று அறிவியலாளர்கள் சொல்லத் தொடங்கினர். அப்போது நாமும் நம்முடைய நுண்ணுயிரிகளுக்கும், தொழு உரம், தழை உரம், சாண உரம் - ஆகிய இயற்கை உரங்களுக்கும் விடை கொடுத்துவிட்டு பசுமைப் புரட்சியின் பக்கம் சாய்ந்தோம். நம்மைப் போலவே பல ஆசிய, ஆப்ரிக்க நாடுகளும் ரசாயன விவசாயத்திற்கு மாறின. இப்படியாக விவசாயத் தற்சார்பு நாடுகள் மேற்கத்திய நாடுகளைச் சாரும் நாடுகளாக மாறின.

ரசாயனங்களை வரிசைக் கட்டி வாங்கித் தள்ளிய இந்த நாடுகளால், ஒரு கட்டத்தில் உலகப் போர்களின் போது இருப்பு வைக்கப்பட்ட அத்தனை ரசாயனங்களும் விற்றுத் தீர்ந்துவிட, 'இனிமேல் தொழிற்சாலைகளில் தயாரித்தால்தான் ரசாயனங்கள்' என்ற நிலைக்கு மேற்குலக நாடுகள் வந்தன. இப்போது இந்தியா உள்ளிட்ட மூன்றாம் உலக நாடுகள் உரத்திற்காக மேற்கத்திய நாடுகளிடம் கையேந்த, நமது விவசாய அறிவை வியந்த அவர்கள் புதிதாக உற்பத்தி செய்த ரசாயனங்களை அதிக லாபம் வைத்துத் தலையில் கட்ட ஆரம்பித்தனர். இந்த செலவுகள் பெரும் விவசாயக் கடன்களை தோற்றுவித்தன. முதலில் இலவசமாகவும்,

பின்னர் மலிவு விலையிலும், பின்னர் மானியத்திலும், கடைசியாக கடனிலும் உரம் வாங்கி வந்த விவசாயிகள் விலை உயர்வுகளால் விழி பிதுங்க ஆரம்பித்தனர். கடன் சுமைகள் கழுத்தை நெறிக்க, விவசாயிகள் உரங்களால் தற்கொலைகளுக்குத் தள்ளப்பட்டனர். இந்தியாவில் கடந்த 2010ஆம் ஆண்டிற்குள்ளாகவே 2.5லட்சம் விவசாயிகள் தற்கொலை செய்து கொண்டனர் என்றால் அதன் முக்கிய காரணம் பசுமைப்புரட்சி. இன்றும் நம்நாட்டில் ஒவ்வொரு 30 நிமிடங்களுக்கும் ஒரு விவசாயி தற்கொலை செய்துகொள்கிறார்.

இன்னொரு பக்கம் உலகையே ஆட்டிப்படைத்த இந்த வெடியுப்புகளும் ஆட்கொல்லி மருந்துகளும் சுற்றுச் சூழலையும் சுகாதாரத்தையும் பெரும் அபாயத்திற்கு உள்ளாக்கின. உதாரணமாக வயலில் தெளிக்கப்படும் நைட்ரேட் உரங்கள் தண்ணீரில் கலந்து அருகில் உள்ள நீர்நிலைகளையும், நிலத்தடி நீரையும் மாசுபடுத்துகின்றன. ஏனெனில் தெளிக்கப்படும் நைட்ரேட் உரத்தில் பயிரால் கிரகிக்கப்படுபவை 40 சதவீதம் மட்டும்தான். மீதம் 60 சதவீதம் தண்ணீரில்தான் போகின்றது.

இப்படியாக நைட்ரேட் கலந்த நீரில் ஆக்ஸிஜன் குறைவு ஏற்படுகின்றது. இதனால் மீன்கள், நீர்த்தாவரங்கள் முதலில் பாதிப்புக்கு உள்ளாகின்றன. அடுத்து இந்த நீரைப் பருகும் மனிதர்களுக்கும் ரத்த சோகை ஏற்படுகிறது, குழந்தைகள் இந்த நீரைப் பருகும் போது ரத்தத்தில் ஆக்ஸிஜன் பற்றாக்குறை ஏற்பட்டு சிகப்பு ரத்தம் நீல நிறமாகி அந்தக் குழந்தைகளே நீலமாகத் தோற்றம் அளிப்பதெல்லாம் உண்டு!. ரத்தத்தில் கலக்கும் நைட்ரேட் பிறகு செரிமான மண்டலத்திற்குள் செல்லும் போது புற்று நோயையும் ஏற்படுத்துகின்றது. இன்னொரு பக்கம் நைட்ரேட் கலந்த நீரால் மண்ணும் பாதிக்கப்பட்டு மலட்டுத் தன்மையும் விஷத் தன்மையும் அடைகின்றது. காற்றில் பரவும் அம்மோனியா அமிலமழை போன்ற பல வேண்டத் தகாத சுற்றுச் சூழல் பாதிப்புகளை உருவாக்குகின்றது.

நைட்ரேட் உரங்கள் மூலம் விளைவிக்கப்பட்ட உணவுப் பொருட்களில் இருந்தும் அதிக அளவிலான நைட்ரேட் நம் உடலுக்குள் செல்கின்றது. அதனாலும் மேற்கண்ட பாதிப்புகள் ஏற்படுகின்றன. இன்று உலகின் மூன்றில் ஒரு பங்கு விவசாய

நிலப்பரப்பு உரங்களால் விளைவிக்கப்படுகிறது, இரண்டில் ஒருவரின் உடம்பில் உள்ள நைட்ரேட் உரங்கள் வழியாக வந்ததாக உள்ளது!.

செயற்கை விவசாயத்தின் வெற்றியும், இயற்கை விவசாயத்தின் தோல்வியும் அரசின் கொள்கைகளையும் மக்களின் விவசாய அறிவையுமே சார்ந்து உள்ளன. இந்தியாவில் கடந்த 2015 ஆம் ஆண்டில் 'இயற்கை உரங்களின் மூலம் விவசாயம் செய்து செயற்கை உரங்கள் மூலம் செய்யப்படும் விவசாயத்தின் அதே பலன்களைப் பெற முடியுமா?' - என்று ஒரு ஆய்வு செய்யப்பட்டது. அதன் முடிவுகளை 16.08.2015 அன்று ஆய்வுக்குழுவின் தலைவராக இருந்த முரளி மனோகர் ஜோஷி நாடாளுமன்றத்தில் அளித்தார்.

அந்த ஆய்வு முடிவுகள் இயற்கை உரங்களால் செயற்கை உரங்களோடு போட்டி போட முடியும் என்று ஒப்புக் கொண்டதோடு, இந்தியாவில் எங்கெல்லாம் பசுமைப் புரட்சியால் விளைச்சல்கள் அதிகரித்தனவோ அங்கெல்லாம் மண்ணும் நிலத்தடி நீரும் மிக மோசமான பாதிப்புகளைச் சந்தித்தன என்றும் ஒப்புக் கொண்டது. இந்தியாவின் அண்டை நாடான பூட்டான் 100 சதவீதம் இயற்கை உரங்களுக்கு மாறிவிட்ட நிலையில் நாமும் அதற்கான முயற்சிகளில் ஈடுபட வேண்டும்.

அதற்கு முதலில் இன்று நாம் உரமாகப் பயன்படுத்துபவை நம் தலை மீது கட்டப்பட்ட உலகப் போர் கழிவுகள் என்ற விழிப்புணர்வு நமக்கு வர வேண்டும். அதன் குறியீடுதான் நைட்ரேட். அமெரிக்க மக்களே இப்போது நைட்ரேட்டைக் கொண்டு வந்த அரசை சபித்துத் தீர்க்கிறார்கள். அனைத்திலும் அமெரிக்கா பின்னராக ஓடும் நாம் இதிலும் அப்படியாவது செய்து தொலைப்போம். நைட்ரேட் உள்ளிட்ட வெடியுப்புகளை உரங்கள் என்று சொல்லாமல் 'உலகப்போரின் கழிவு, இந்தியாவின் தலையில் கட்டப்பட்ட குப்பை' - என்று இனியாவது மக்களுக்கும் மாணவர்களுக்கும் விவசாயிகளுக்கும் சொல்லிப் புரியவைப்போம். உடலைக் கூட காப்பாற்ற முடியாத நம்மால் உலகைக் காப்பாற்ற முடியாது. நெஞ்சுரம் இல்லாதோரின் வாழ்வை செயற்கை உரங்களால் ஒருபோதும் காப்பாற்றிவிடவே முடியாது!.

# 19

## சுதேசிப் பாத்திரம்

அலுமினியப் பாத்திரங்களுக்கு ஊர்களில் வழங்கும் பெயர்தான் 'சுதேசிப் பாத்திரம்' என்பது. தஞ்சைப் பகுதிகளில் இந்த வழக்கம் அதிகமாகப் புழங்கும். 'அந்த சுதேசித் தட்ட எடு' - என்றால் அலுமினியத் தட்டை எடுக்கச் சொல்கிறார்கள் என்று அங்கு பொருள். சுதேசி என்று அலுமினியப் பொருளை அழைப்பதில் இருந்து அதனைப் பயன்படுத்துவது நம்பகமானது, நாமே தயாரித்தது - என்பது போன்ற எண்ணங்கள் மக்களுக்கு ஏற்படுவது இயற்கை. எனது இளவயதில் நானும் அப்படித்தான் உணர்ந்தேன். ஆனால் அந்த எண்ணம் சரியானது அல்ல.

இந்தியாவில் சுதந்திரப்போர் நடைபெற்ற காலகட்டத்தில் இருந்து சிறைக் கைதிகளுக்கு அலுமினியப் பாத்திரங்களில் சமைப்பது, அலுமினியத் தட்டுகளில் உணவு கொடுப்பது போன்ற வழக்கங்கள் ஆங்கிலேயர்களால் கைக்கொள்ளப்பட்டன. அப்போது எளிய மக்கள் மண் தட்டுகளையும் இலைகளையுமே அதிகம் உணவு உண்ணப் பயன்படுத்தினர்

அலுமினியப் பாத்திரங்கள்

(அவற்றை விட சற்று விலை அதிகமான ஈயத் தட்டுகளை ஆங்கிலேயர்கள் கைதிகளுக்கு உணவிடப் பயன்படுத்தினர்.) சிறையில் தியாகிகள் உணவு தயாரித்து உண்ட பாத்திரங்கள் என்ற அடிப்படையில் அலுமினியப் பாத்திரங்களுக்கு 'சுதேசிப் பாத்திரங்கள்' என்று பெயர் வந்தது. அதன் தொடர்ச்சியாக இன்றும் தமிழகத்தின் பல வீடுகளில் ஈயப் பானைகள், சட்டிகள் ஆகியவை சமையலில் பயன்படுத்தப்படுகின்றன. ஆங்கிலேயர்கள் சிறைக்கைதிகளின் உணவுடன் அலுமினியத்தைக் கலந்தது தற்செயலானதா?

உலகில் உள்ள மிக மோசமான உடல் உபாதைகளை ஏற்படுத்தக் கூடிய உலோகங்களில் அலுமினியமும் ஒன்று. இரும்பு போன்ற உலோகங்களால் ஆன பாத்திரங்களில் சமைக்கும் போது உலோகம் உணவோடு உடலுக்குள் சென்றால் உடலில் இரும்புச் சத்து மேம்படும் வாய்ப்பு உள்ளது. அது போன்ற எந்த நற்பலனும் இல்லாத உலோகம் அலுமினியம். கன உலோகமான இதை உடலால் பயன்படுத்த முடியாது, அலுமினியத்தை என்ன செய்வதென்றும் உடலுக்குத் தெரியாது. உடலால் அதை வெளியேற்றவும் முடியாது. அலுமினியம் உள்ளுக்குள் செல்லச்செல்ல விஷமாகத்தான் மாறும்.

முதலில் உடலின் துப்புறவுத் தொழிற்சாலையான சிறுநீரகத்தின் மீது அலுமினியம் மெல்ல மெல்ல படர ஆரம்பித்து ஒரு படலத்தை உருவாக்கும். இந்த படலம் கிளாமருல்லாஸ் எனப்படும் சிறுநீரகத்தின் வடிகட்டிகளில்

ஓட்டையையே போட்டு விடும். இப்படியாக சிறுநீரகங்களை பாதிக்கும் அலுமினியம் பின்னர் இரத்தத்தில் கலக்கவும், பெருங்குடலை பாதிக்கவும் கூட வாய்ப்புகள் உள்ளன.

இன்னொரு பக்கம் அலுமினியத்தில் உள்ள மின்துகள்கள் மனித மூளையின் நினைவாற்றலை பாதிக்கின்றன. அல்சைமர் எனப்படும் 'ஞாபகமறதி' நோய்க்கு அலுமினியம் மிக முக்கிய காரணமாக உள்ளது. அத்தோடு உணவில் கலக்கும் அலுமினியம் அதீத உடல் சோர்வையும் காலப்போக்கில் ஏற்படுத்துகிறது.

மேலும் உடலில் உள்ள எலும்புகளின் வளர்ச்சியை அலுமினியம் கட்டுப்படுத்துகின்றது. இதனால் தேய்மானத்திற்கு ஏற்ற அளவில் எலும்பு வளராமல் போய் எலும்பு முறிவுகள் ஏற்படுகின்றன. இவை தவிர வாய்ப்புண், மன அழுத்தம், ஆஸ்துமா, கண்பார்வை சிக்கல்கள் - போன்ற பல பிரச்னைகளுக்கும் அலுமினியம் காரணமாக உள்ளது.

இவ்வளவு பெரிய பாதிப்புகளை ஏற்படுத்தும் அலுமினியம் எளிதில் உணவில் கலக்கும் தன்மைகளையும் பெற்றுள்ளது. அலுமினியப் பாத்திரத்தில் ஒவ்வொருமுறை சமைக்கும் போதும் *100 மைக்ரோ கிராம் அலுமினியம் கட்டாயம் உணவில் கலக்கிறது. சில குறிப்பிட்ட உணவுகளில் இந்த அளவு மிக அதிகம். உதாரணமாக அலுமினியத்திற்கு எளிதில் ஆக்சிஜனேற்றம் அடையும் பண்பும் உள்ளதால் அது நீருடன் எளிதில் கலக்கிறது. இதனால் அலுமினியப் பாத்திரங்களில் சோறு சமைக்கும்போது அதில் அலுமினியம் அதிக அளவில் கலக்கிறது. அலுமினியம் ஆசிட்டில் கரையக் கூடிய ஒரு உலோகம், அதனால் தக்காளி போன்ற அமில சத்து நிறைந்த உணவுப் பொருட்களை இதில் சமைக்கும்போது பாத்திரத்தின் அடிப்பகுதியில் உலோகம் அரிக்கப்படுவதால் 1000 மைக்ரோ கிராம் அலுமினியம் கூட உணவில் கலக்கிறது.*

ஆனால் இவ்வளவு ஆபத்து உள்ள அலுமினியம் தமிழகத்தில் மட்டுமல்ல உலகிலேயே மிக அதிகமாக விற்பனையாகும் சமையல் பாத்திரங்களின் அங்கமாக உள்ளது. உலக சந்தையில் உள்ள சமையல் பொருட்களில் *60% அலுமினியப் பொருட்கள்தான்.* சிற்றூர்களில் அலுமினியப் பாத்திரங்கள் செய்பவர்களுக்கும் விற்பவர்களுக்கும் இதெல்லாம் தெரிய வாய்ப்புகள் குறைவு. ஆனால் நவீன

சமையல் பாத்திரங்களான அலுமினியக் குக்கர், அலுமினியம் ஃபான், அலுமினிய கரண்டிகள், முள் கரண்டிகள் - போன்றவற்றை உருவாக்குபவர்கள் அலுமினியத்தின் தீமையை நன்றாக அறிந்தவர்களாகவே இருக்கிறார்கள். அவர்களிடம் அலுமினியத்தின் தீமையைப் பற்றிக் கேட்டால் 'ஆமாம் அலுமினியம் தீமையானதுதான், ஆனால் அலுமினியத்தில் கோட்டட் வகைகள் உள்ளன. இவற்றைப் பயன்படுத்தும்போது அலுமினியம் உணவில் கலக்காது' என்கின்றனர். ஆனால் 'கோட்டட்', 'அன் கோட்டட்' குறித்த விழிப்புணர்வை மக்கள் பெற வணிகர்கள் ஒன்றும் செய்வதில்லை. இன்னொன்று இந்தக் கோட்டட்கள் பல தாமே தகுதியில்லாதவையாக உள்ளன. உதாரணமாக அலுமினியப் பாத்திரங்களின் பூசப்படும் நான்ஸ்டிக் கோட்டிங்கான 'டெஃப்லான் கோட்டிங்'கை எடுத்துக் கொண்டால் அது புற்றுநோய், தைராய்டு நோய், மகப்பேறுச் சிக்கல்கள் போன்றவற்றுக்குக் காரணமாக இருக்கிறது. அது எப்படி அலுமினியத்தைப் பாதுகாப்பானதாக்கும்?

இங்கு, உலோகங்கள் குறித்து ஓரளவிற்கு நன்றாகவே அறிந்த தமிழர்கள் அலுமினியத்தை எப்படி உள்ளே விட்டார்கள் என்பது வேறுகதை. பண்டைய தமிழகத்தில் உணவில் பாதிப்பு ஏற்படுத்தாத 'வெள்ளீயம்' (ஆங்கிலத்தில் 'டின்') என்ற உலோகம் ஈயம் என்ற பெயரில் சமையலில் புழங்கியது. வெள்ளீயப் பாத்திரங்கள் தீமை இல்லாவை. உதாரணமாக கிராமங்களில் ரசம் வைக்கப் பயன்படுத்தும் 'ஈயச்சொம்பு' என்ற பாத்திரம் வெள்ளீயத்தினால் ஆனது. இதில் வைக்கப்படும் ரசம் நல்ல மணமாக இருக்கும்.

மேலும் செம்பு, பித்தளை, வெங்கலம் ஆகிய உலோகங்களினால் செய்யப்பட்ட பாத்திரங்களில் களிம்பு வருவதைத் தடுக்க அவற்றின் உள்ளாகவும் வெள்ளீயம் பூசப்பட்டது. இதை இன்றும் 'ஈயம் பூசுவது' என்றே மக்கள் அழைக்கின்றனர். ஆங்கிலேயர்கள் காலத்தில் ஈயம் என்ற பெயரிலேயே அலுமினியம் புகுத்தப்பட்டது. ஈயம் என்று அழைக்கப்படுபவற்றில் எது வெள்ளீயம், எது அலுமினியம் என்று மக்களுக்குத் தெரிவதில்லை. மக்கள் அந்த ஈயத்தை இந்த ஈயத்தோடு போட்டுக் குழப்பிக் கொண்டதன் விளைவாக இப்போது எல்லாம் அலுமினியமாகி உள்ளன.

அலுமினியம் அதிக அளவுக்கு மனிதனின் உடலுக்குச் செல்லும் போது மனிதனின் சிந்தனைத் திறனும் செயல்படு திறனும் பாதிக்கப்பட வாய்ப்புகள் அதிகமாக உள்ளன என்று பார்த்தோம், இதனை மனதில் கொண்டே தங்களுக்கு வேண்டாதவர்களைக் கட்டுப்படுத்த ஆங்கிலேயர்கள் அலுமினியப் பாத்திரங்களில் உணவு சமைத்து அலுமினியத் தட்டுகளில் பரிமாறினர். ஆனால் ஆங்கிலேயர்கள் சென்ற பிறகும் கூட நாம் அந்தப் பழக்கத்தை விடாமல் தொடர்வதும், அந்தப் பாத்திரங்களுக்கு சுதேசிப் பாத்திரம் என்று பட்டமும் கொடுத்துப் பயன்படுத்துவதும் வருத்தத்திற்கு உரியவை ஆகும். இது சுதந்திர மோகம் அல்ல, அடிமையின் தாகம். எனவே அலுமினியத்தை சமையலில் முற்றிலுமாகத் தவிர்த்து விடுவதே நமக்கு நலம்.

# 20

## இந்தியாவின் தேசியக்கவி யார்?

**த**மிழகத்தில் தேசிய கவி என்று அழைக்கப்படுபவர் மகாகவி பாரதியார். தமிழகம் தவிர்த்த பிற இந்தியப் பகுதிகளில் தேசிய கவி என்றும், கவியரசர் என்றும் போற்றப்படுபவர் வங்காளக் கவிஞர் ரபீந்திரநாத் தாகூர். இந்தியா, பங்களாதேஷ் ஆகிய இரண்டு நாடுகளின் தேசிய கீதங்களை எழுதிய பெருமையும் இலக்கியத்திற்கான நோபல் பரிசை வென்ற சிறப்பும் இந்தத் தாகூருக்கு உண்டு. இப்படிப் பல தகுதிகளைப் பெற்ற தாகூரை தேசிய கவி என்று இந்தியாவின் பல மாநில மக்கள் அழைப்பதில் என்ன தவறு இருக்க முடியும் என்று யாரேனும் கேட்டால் எனது பதில், 'இவரை அவர்கள் அப்படி அழைப்பது குற்றம் அல்ல, பாரதியாரை அவர்கள் அப்படி அழைக்கும்படி செய்யாததே குற்றம்'.

அந்தக் குற்றமும் பிற மாநில மக்களின் குற்றம் கிடையாது, அதில் தமிழர்களாகிய நமக்கே பெரும் பங்கு உண்டு. அந்தக் குற்றத்தை உணரக்கூட முடியாதவர்களாக இன்றைய

பாரதியாரும் தாகூரும்

தமிழர்கள் இருப்பது, குற்றங்களில் எல்லாம் மிகப்பெரிய குற்றம்!.

தாகூர் கவியரசர் என்று அழைக்கப்பட்ட காலத்தில், 'நான் அந்தப் பட்டத்திற்குத் தகுதியானவன்' என்ற எண்ணம் பாரதிக்கு இருந்தது.

**'புவியனைத்தும் போற்றிட வான்புகழ் படைத்துத்**
**தமிழ் மொழியைப் புகழிலேற்றும்**
**கவியரசர் தமிழ்நாட்டுக்கு இல்லை**
**எனும் வசை என்னால் கழிந்ததன்றே'.**

- என்று தன்னைத் தமிழ்நாட்டின் கவியரசராகக் கொண்டு பாரதியார் பாடிய வரிகள் இதனைக் காட்டும்.

தாகூருக்கு நோபல் பரிசு அறிவிக்கப்பட்ட போது, தாகூரை அறிந்திருந்த பாரதியார், 'மதுரை தமுக்கம் மைதானத்தில் ஒரு கூட்டத்தைக் கூட்டி, நானும் தாகூரும் பேசினால், யாருக்கு வரவேற்பு அதிகம் கிடைக்கிறதோ அவருக்கு நோபல் பரிசு கொடுக்கட்டும்' - என்றார். இந்தச் சவாலின் பின்னே, தனது தகுதிக்குக் கிடைக்காத ஒன்று தாகூருக்குக் கிடைத்ததில் பாரதி அடைந்த மன அழுத்தம் வெளிப்படுகின்றது, அவர் அதற்குத் தகுதியானவர்தான். ஆனால் அத்தகைய பாரதியாரை அவரது சமகாலத்தில் வாழ்ந்த தாகூர் அறிந்திருப்பாரா என்பதே சந்தேகம்தான்!. இன்றும் இந்தியாவின் பல பகுதிகளில் பாரதியாரை யார் என்றே மக்களுக்குத் தெரியாது. பிறருக்குச் சொல்வதற்காவது பாரதியாரைப் பற்றி நாம் முதலில் அறிந்து கொள்வோம்.

யார் பாரதி? யார் தாகூர்? இவர்களில் யார் தேசியகவி என்ற பட்டத்திற்குப் பொருத்தமானவர்? இனி பார்ப்போம்.

பாரதியாரின் வருகை, தற்காலத் தமிழ் இலக்கணத்தின் முகத்தையே மாற்றிய மாபெரும் நிகழ்வு. இன்றைய புதுக்கவிதைகள் முதல் சிறுகதைகள், மொழிபெயர்ப்புகள் வரையில் பாரதி காட்டிய வழியில்தான் தமிழ் பயணம் செய்து கொண்டிருக்கின்றது. தனது வடிவங்களில் மட்டுமல்ல கருத்துகளிலும் பாரதி செய்த புதுமைகள் மெச்சவும் வியக்கவும் தக்கன. சமரசம் இல்லாத எப்புறமும் ஒட்டாத பாதரச எழுத்துக்கள் பாரதியாருக்கே சொந்தம். அதனால்தான் பாரதியின் பிறப்பை,

**எட்டையபுரத்திலே இரட்டைப் பிரசவம்**
**ஒன்று பாரதி,**
**மற்றொன்று புதிய தமிழ்**

- என்று கவிகோ அப்துல் ரகுமான் போற்றினார். இந்தத் தமிழ் தனது பிறப்பிலும் கொண்டாடப்படவில்லை, வாழ்விலும் கொண்டாடப்படவில்லை, இறந்த பிறகும் அதற்கு உரிய மரியாதை அளிக்கப்படவில்லை.

எட்டையபுரத்தில் ஒரு சராசரி பிராமணக் குடும்பத்தில் பாரதியார் பிறந்தார். இளம் வயதிலேயே தந்தையைப் பறிகொடுத்து வறுமையில் வளர்ந்தார். கல்வியின் மேல் தாகம் கொண்டு கற்பதிலேயே தனது இளமையைச் செலவிட்டார். கல்வி கைகூடிய போது, தனது அறிவு வளர்ச்சியை செல்வம் சேர்க்கப் பயன்படுத்தாமல், சமூக வளர்ச்சிக்கும் மாற்றத்திற்குமே அவர் பயன்படுத்தினார். தனது எழுத்துக்கள் மூலம் தமிழ் மொழி அதற்கு முந்தைய 800 ஆண்டுகளில் கண்டிருந்த மாபெரும் தேக்கத்தை பாரதியார் போக்கினார் (பாரதிக்கு முன்பு வள்ளலாரே இதுபோன்ற முயற்சிகளில் ஈடுபட்ட ஒரே நபர்!). மிகக் குறுகிய காலமே பாரதியார் இந்த மண்ணில் வாழ்ந்தார். வாழும் காலத்தில் தனக்கு உரிய அங்கீகாரங்களில் ஒரு பங்கைக்கூட பாரதியார் பெறவில்லை.

பாரதிக்குப் பல விஷயங்களில் அடிப்படையிலே நேரெதிரானது தாகூரின் வாழ்க்கை. பாரதியார் பிறப்பதற்கு 21 ஆண்டுகளுக்கு முன்பு பிறந்து, பாரதியார் இறந்த பிறகு

அடுத்த 20 ஆண்டுகள் கழித்து இறந்த நிறை வாழ்வுக்குச் சொந்தக்காரர் தாகூர். பல கிராமங்களை உரிமையாகக் கொண்ட செல்வச் செழிப்புள்ள வங்காளக் குடும்பத்தில் இவர் பிறந்தார். தாகூரின் தாத்தா துவாரகநாத் தாகூர் உடன்கட்டையைத் தடை செய்து சட்டம் இயற்ற இராஜாராம் மோகன்ராய் உடன் கைகோர்த்துப் போராடியவர். தாகூரின் தந்தை தேவேந்திரநாத் தாகூர் தன்னளவிலேயே நிரம்பக் கற்றவர். வங்காளிகளால் 'மகரிஷி' என்று அழைக்கப்பட்டவர். தன் தந்தையிடமிருந்தே தாகூர் வேதங்களையும் உபநிடதங்களையும் கற்றார். பள்ளி சென்று படிப்பதில் தாகூருக்கு விருப்பம் இல்லாமல் போக, அவரது வீட்டுக்கே ஆசிரியர்கள் அழைத்து வரப்பட்டு அவருக்குப் பாடங்கள் கற்பிக்கப்பட்டன.

இப்படியாக சமூகத்தின் இருவேறு பக்கங்களில் இருந்து இந்த இரண்டு கவிஞர்களும் உதித்து இருந்தார்கள். இவர்களை இவர்களது முயற்சிகளை மட்டுமல்ல, எண்ணங்களையும் அடிப்படையாகக் கொண்டே நாம் மதிப்பிட வேண்டும்.

தனது இந்தியத் தாயை 'முப்பது கோடி முகமுடையாள்' என்று எழுதியவர் பாரதி. அன்றைய இந்திய நாட்டின் மக்கள் தொகை 30 கோடி. எனவே மக்கள் அனைவரின் முகங்களையும் அவர் தேசத்தின் முகமாகப் பார்த்தார். தவிரவும் தேசத்தைப் பற்றிக் கூற வேண்டிய தேவை ஏற்பட்ட ஒவ்வொரு இடங்களிலும்,

'முப்பது கோடி வாய் முழங்கவும்'

'முப்பது கோடி ஜனங்களின் சங்கமம்'

'முப்பது கோடியும் வாழ்வோம் - வீழில்
முப்பது கோடி முழுமையும் வீழ்வோம்'

- என்பதாக 30 கோடி மக்களும் இணைந்ததே இந்தியா என்ற ஒருமைப்பாட்டு உணர்வையே பாரதியார் வெளிப்படுத்துகிறார். இது அவர் தேசியக்கவி என்று அழைக்கப்படத் தகுதியானவர் என்று காட்டுகின்றது.

இன்னொரு பக்கத்திலே '10 கோடி கைகளை உடையவள்' - என்று தனது சுதந்திர அன்னையை வர்ணித்தவராக உள்ளார் ரபீந்திரநாத் தாகூர். அதென்ன 10 கோடி கைகள் என்று பார்த்தால் அன்றைக்கு ஆங்கிலேயர்களால் இரண்டாகப்

பிளவுபட்டுக் கிடந்த வங்காள நாட்டின் ஒட்டுமொத்த மக்கள் தொகை 5 கோடி. எனவே ஒருங்கிணைந்த வங்காளத்தைத்தான் தாகூர் 10 கோடி கைகள் என்று குறிப்பிட்டு இருக்கிறார். இது அவர் வங்காளிகளின் கவியே தவிர தேசியக் கவிஞர் அல்ல என்பதைக் காட்டுகின்றது.

தாகூர் வாழ்நாள் முழுக்க வங்காளிகளின் கவிஞராகவே இருந்தார், உலகின் அனைத்து நாடுகளுக்கும் செல்ல வாய்ப்புகள் இருந்தும், பல அயல் நாடுகளுக்குச் சென்று இருந்தும், அவரது பார்வை வங்கத்தை விட்டு அதிகம் விரிவடையாததாகவே இருந்தது.

1905ஆம் ஆண்டில் வங்கத்தை இரண்டாகப் பிரிக்க சட்டம் இயற்றப்பட்டபோது,

**'சட்டம் அமலுக்கு வந்தாலும் வராவிட்டாலும், இங்கிலாந்து மக்கள் நமது பரிதாபக் குரல்களைக் கேட்டாலும் கேட்காவிட்டாலும், நமது நாடு (வங்கம்) என்றென்றும் நமக்கே உரியது, நமது முன்னோர்களின், நமது மக்களின், நமது எதிர்காலச் சந்ததியினரின் நாடு இது'** - என்று தாகூர் எழுதினார்.

வங்கப் பிரிவினைக்கு எதிராகவும், வங்காளிகளின் ஒற்றுமையை வளர்க்கும் விதமாகவும் பல பாடல்களை அவர் பாடினார். வங்கப் பிரிவினைக்கு எதிரான போராட்டங்களுக்குத் தாகூர் தாமாகவே தலைமை ஏற்றார். அப்போது அவர் முன்வைத்த முழக்கம்

**'நாம் வங்காளிகள், நாம் ஒன்றுபட்டவர்கள்'** - என்பதுதான். அவருக்கு தேசம் என்பது எப்போதும் வங்காளமாகவே இருந்தது. அவர் வங்க நலன்களையே தனது குறிக்கோள்களாகக் கொண்டிருந்தார்.

ஆனால் பாரதியாருக்கோ மிகப்பெரிய தேசியப்பார்வை இருந்தது. இந்தியா வரலாற்றில் எப்போதும் ஒன்றுபட்டே இருக்க வேண்டும் என்பதை,

**'சேதமில்லாத ஹிந்துஸ்தானம் அதனைத்**
**தெய்வமென்று கும்பிடடி பாப்பா'**

- என்று பாரதியார் பாடினார்.

இந்தியாவின் தத்துவ ஞானத்தை, 'உலகம் உய்ய வழி செய்யும் கொடை' என்றே பாரதியார்க் கருதினார்.

‘எல்லாருமே அமரநிலை எய்து நன்முறையை
இந்தியா உலகிற்களிக்கும் - ஆம்
இந்தியா உலகிற்களிக்கும் - ஆம்; ஆம்
இந்தியா உலகிற்களிக்கும்’

- என்ற பாரதியின் வரிகள் இந்தக் கருத்தைக் காட்டும்.

ரபீந்திரநாத் தாகூரின் நோபல் பரிசுக்கு உரிய படைப்பு கீதாஞ்சலி. அது அவரது கவிதைகளின் ஆங்கில மொழி பெயர்ப்பு. தாகூருக்கு எத்தனை மொழிகள் தெரியும் என்று பார்த்தால் வங்க மொழி, ஆங்கில மொழி, சமஸ்கிருத மொழி ஆகிய மூன்று மொழிகளை மட்டுமே அவர் அறிந்திருந்தார். தான் வங்க மொழியில் எழுதிய கவிதைகளை உலக மக்கள் அறிந்து கொள்ளட்டும் என்ற காரணத்தினால் அவர் தனது கவிதைகளை ஆங்கிலத்தில் மொழிபெயர்த்தார். அவர் வேறு எந்த வங்க எழுத்தாளரின் படைப்பையும் ஆங்கிலத்தில் மொழி பெயர்க்கவில்லை, வேறு எந்த ஆங்கிலப் படைப்பையும் வங்கத்திற்கு மொழிபெயர்க்கவும் இல்லை. அவர் தான் அறிந்த மூன்று மொழிகளையும் தனது வெளிப்பாட்டுக்காக மட்டுமே பயன்படுத்திக் கொண்டார், அவர் தனது சொந்த மொழியான வங்காள மொழியின் மேம்பாட்டையே சிந்திக்கவில்லை.

இன்னொரு பக்கம் பாரதியாரை நாம் பார்த்தால் அவர் அறிந்த மொழிகள் 32 என்று ஒரு கருத்து நிலவுகிறது. அதற்கு சான்றுகள் தெளிவாக இல்லை. சான்றுகளின் அடிப்படையில் பாரதியார் நன்றாகப் பேசவும் எழுதவும் தெரிந்த மொழிகள் 7 என்று இலந்தை ராமசாமி தனது நீண்டகால ஆய்வுகளை அடிப்படையாகக் கொண்டு குறிப்பிடுகிறார். அந்த மொழிகள் தமிழ், ஆங்கிலம், பிரெஞ்ச், தெலுங்கு, மலையாளம், ஹிந்தி, சமஸ்கிருதம். இவற்றைத் தவிர பாரதிக்குப் பேசத்தெரிந்த, பிறர் பேசினால் புரிந்து கொள்ளத் தெரிந்த மொழிகள் 4 இருந்தன. அந்த மொழிகள் லத்தீன், கிரேக்கம், கன்னடம், மராத்தி. பாரதிக்கு பன்மொழிப் புலமை இருந்தது என்ற செய்திக்கு

‘யாமறிந்த மொழிகளிலே’

- என்ற பாரதியின் கவிதை வரி சான்று கூறுகின்றது.

இப்படியாகப் பல மொழிகளில் பரிச்சயம் உள்ள பாரதியார், சமஸ்கிருதத்தில் இருந்து வேத ரிஷிகளின் கவிதை, பகவத்கீதை, பதஞ்சலி யோக சூத்திரம், வியாசபாரதம் ஆகியவற்றை தமிழில் மொழி பெயர்த்துள்ளார்.

ஆங்கிலத்தில் ஜான்ஸ்கர் என்னும் கவிஞர் எழுதிய கவிதைகளை தமிழில் மொழி பெயர்த்துள்ளார், ஷெர்மன் என்னும் ஆங்கிலப் பெண்மணி எழுதிய கவிதைகளை தமிழில் மொழி பெயர்த்துள்ளார். விவேகானந்தரின் சொற்பொழிவுகளையும் கடிதங்களையும் ஆங்கிலத்தில் இருந்து தமிழுக்கு மொழிபெயர்த்துள்ளார். பாண்டிச்சேரியிலே தங்கி இருந்தபோது பிரெஞ்சு தேசிய கீதத்தை தமிழில் மொழி பெயர்த்துள்ளார்.

இவை தவிர, நேரிடையாக அந்த மொழி தெரியாவிட்டால் ஒரு நல்ல படைப்பை அதன் வழி நூலில் இருந்து மொழிபெயர்க்கும் பழக்கமும் பாரதிக்கு இருந்தது. உதாரணமாக ஜப்பானிய கவிதைகளையும் ஹைக்கூக்களையும் பாரதியார் தமிழில் மொழி பெயர்த்துள்ளார். சியூசூனி - என்ற சீனப் பெண் கவிஞரின் படைப்புகளை தமிழில் மொழி பெயர்த்துள்ளார். மிக முக்கியமாக தாகூரின் சிறுகதைகளையும் கவிதைகளையும் கூட பாரதி தமிழில் மொழிபெயர்த்து உள்ளார்.

தமிழின் இலக்கியங்கள் சிலவற்றையும் பாரதியார் ஆங்கிலத்திற்கு மொழி பெயர்த்துள்ளார். நம்மாழ்வார் பாசுரங்கள், நாச்சியார் பாசுரங்கள், திருப்புகழ் போன்றவற்றை உதாரணமாகக் கூறலாம். தவிர காங்கிரஸ் மகாசபை சரித்திரம் - போன்ற நூல்களையும் பாரதியார் தமிழில் இருந்து ஆங்கிலத்திற்கு மொழி பெயர்த்துள்ளார். கதைகளை ஆங்கிலத்தில் மொழி பெயர்ப்பதில் பாரதியார் அதிகம் நாட்டம் கொள்ளவில்லை 11 தமிழ்ச் சிறுகதைகளை மட்டும் ஆங்கிலத்தில் மொழி பெயர்த்தார். மிக அரிதாக தன்னுடைய கவிதைகளில் சிலவற்றை மட்டுமே பாரதியார் ஆங்கிலத்தில் மொழி பெயர்த்தார். அவை சிறந்த ஆங்கில இதழ்களில் வெளியாகின. ஆனாலும் பாரதியார் அந்தப் பணியில் அதிக ஆர்வம் காட்டித் தொடரவில்லை.

தாகூர் கீதாஞ்சலியை மொழி பெயர்த்து மேற்குலகில் தன் புகழைப் பரப்பியதைப் போல தானும் செய்ய

பாரதி ஒருபோதும் முயன்றது இல்லை. தன்னை உலகம் அறியட்டும் என்ற எண்ணம் பாரதிக்கு இல்லை. பிற மொழி இலக்கியங்களை பாரதி தமிழுக்கு மொழி பெயர்த்ததன் பின்னணியாக உலகைத் தன் தமிழினம் அறியட்டும் என்ற எண்ணமே பாரதிக்கு மேலோங்கி இருந்ததை நாம் காணலாம்.

'பிறநாட்டு நல்லறிஞர் சாத்திரங்கள்
தமிழ் மொழியில் பெயர்த்தல் வேண்டும்'

- என்ற பாரதியின் வரிகள் இதனைக் காட்டுகின்றன.

தமிழின் சிறந்த இலக்கியங்களை பாரதி பிற மொழிகளுக்கு மொழி பெயர்த்ததன் பின்னணியாக தன் இனத்தின் சிறப்பை உலகு அறியட்டும் என்ற பாரதியின் எண்ணமே உள்ளது.

'மறைவாக நமக்குள்ளே பழங்கதைகள்
சொல்வதிலோர் மகிமை யில்லை
திறமான புலமையெனில் வெளிநாட்டார்
அதை வணக்கஞ் செய்தல் வேண்டும்'

- என்ற வரிகள் இதனைக் காட்டுகின்றன.

பாரதி தன்னலம் கருதாத, மொழி நலம் கருதிய கவிஞர் என்பதை பாரதியின் இந்தப் பணிகளில் இருந்து நாம் அறியலாம். பாரதி தனது கவிதைகளை ஆங்கிலத்தில் மொழி பெயர்த்திருந்தால் அவருக்கு நோபல் பரிசுக்கான வாய்ப்புகள் பிரகாசமாகவே இருந்திருக்கும். ஆனால் பாரதியார் தனது முன்னேற்றத்தை ஒருபோதும் கருத்தில் கொள்ளவே இல்லை.

பாரதி எப்படிப்பட்ட கவிஞர் என்பதற்கு ஒரு எளிய உதாரணத்தைக் கூற முடியும், பாரதியால் ஈர்க்கப்பட்டவரும் தமிழக திரைப்பட இயக்குநர்களில் குறிப்பிடத் தகுந்தவர்களுள் ஒருவருமான பாலுமகேந்திரா அவர்கள் பாரதியார் கவிதைகளின் கையெழுத்துப் பிரதிகளை தான் பார்க்க நேர்ந்ததைப் பற்றி ஒரு விழாவில் பேசினார்.

'பாரதியார் கவிதைகளில் அடித்தல் திருத்தல்கள் அதிகம் இல்லை, வெகுநேரத் தேடலுக்குப் பின் ஓரிடத்தில் திருத்தலைப் பார்த்தேன்.

நல்லதோர் வீணை செய்தே என்ற பாடலில் முதலில் 'வல்லமை தாராயோ இந்த மாநிலம் புகழ்ந்திட வாழ்வதற்கே' - என்று பாரதியார் எழுதினார். பின்னர் அவரே 'புகழ்ந்திட' என்ற வார்த்தையை அடித்து விட்டு 'பயனுற' என்று திருத்தி இருந்தார்' (இந்தப் பேச்சைப் பதிவு செய்து அளித்த செய்தியாளர் மனோவுக்கு நன்றி!.)

தான் எழுதியபடியே பாரதியார் வையகம் பயனுறவே வாழ்ந்தார். இதனால் அவருக்குச் சேரவேண்டிய புகழ் சேராமல் போனால் அது அவரால் பலன் பெற்ற தமிழினம் செய்த பிழையாக மட்டுமே இருக்க முடியும்.

பாரதியாரின் புகழை உலக அரங்கில் பரப்பாவிட்டாலும் இந்திய அளவிலாவது தமிழர்கள் பரப்பி இருக்க வேண்டும். ஆனால் இன்றைய நிலையில் நமது அண்டை மாநிலத்து மக்களுக்கேகூட பாரதியைத் தெரியவில்லை என்பதுதான் அவலத்தின் உச்சம். கடந்த 2007ஆம் ஆண்டில் கர்நாடக மாநிலம் தும்கூர் மாவட்டத்தின் கிப்னஹள்ளி கிராஸ் என்ற இடத்தில் இருந்த தனியார் உணவகம் ஒன்றில் ஆண்கள் கழிப்பறைக்கு வெளியே பாரதியாரின் படம் வரையப்பட்டு இருந்தது. இதை அறிந்து பாரதியார் சங்கங்கள் கண்டனங்கள் தெரிவித்தபோது 'இவர் யாரென்றே தெரியாது, அதனால்தான் ஆண்கள் கழிப்பிடத்தைக் காட்ட இந்தப் புகைப்படத்தை மாட்டினோம்!' என்று உணவகத்தின் தரப்பில் சொன்னார்கள். 'அது பொய்' - என்று மறுக்கும் அளவுக்கு பாரதியாரை பிறர் அறிய தமிழர்களாகிய நாம் என்ன செய்தோம் என்பதே கேள்வி.

கடந்த 2002 ஆம் ஆண்டு வரையில், தமிழில் பாரதியார் பற்றிய ஒரு இணையப் பக்கம் கூட இல்லை. இத்தனைக்கும் அப்போது அதிக இணையப் பக்கங்களைக் கொண்ட மொழிகள் பட்டியலில் ஆங்கிலத்திற்கு அடுத்த நிலையில் தமிழ்தான் இருந்தது.

பாரதியார் கோவில் யானையினால் தாக்கப்பட்டதன் விளைவாகவே இறந்தார் என்று அறிந்த தமிழ் உலகத்திற்கு அந்த அசம்பாவிதம் நடந்த பின்னர் எத்தனை நாட்களுக்கு பாரதியார் உயிரோடு இருந்தார் என்பதில் முடிவான கருத்தில்லை!. 'யானை தாக்கிய 3 மாதங்களில் அவர் இறந்திருக்கலாம்' - என்ற கருத்து விரவி இருந்தநிலையில்,

யானையால் தாக்குண்ட பாரதியார் பசியோடும் பிணியோடும் அடுத்த 9 மாதங்களுக்குப் போராடிய பின்னரே இறந்தார் என்ற செய்தியை தக்க ஆதாரங்களோடு 2013ஆம் ஆண்டில் அவரது 92ஆவது நினைவு தினத்தை ஒட்டி ஆய்வாளர் ய.மணிகண்டன் தனது 'பாரதியாரும் கோவில் யானையும்' என்ற கட்டுரையில் பதிவு செய்தார். அதைக்கூட அதுவரை தமிழ் உலகம் அறிந்திருக்கவில்லை.

அனைத்திற்கும் சிகரம் வைத்ததுபோல் பாரதியாரின் இறந்த தேதியை 93 ஆண்டுகளாக செப்டம்பர் 11 என்றே நாம் அனுசரித்து வந்த நிலையில், கடந்த 2014ஆம் ஆண்டுதான் அது செப்டம்பர் 12 என்று தமிழ் இனம் அறிந்தது. பின் வந்த ஆண்டுகளில் செப்டம்பர் 12 நினைவு தினமாக அனுசரிக்கப்படுகிறது (நள்ளிரவு 1.30க்கு பாரதியார் இறந்தார். அதை முதல்நாளோடு சேர்ப்பது தமிழ் முறை என்று காரணம் கூறப்பட்டாலும், இறப்பைப் பொறுத்தவரை அரசு ஆவணங்களில் உள்ள நாளைப் பின்பற்றுவதே முறை. ஆகஸ்டு 14ஆம் தேதியை நாம் தமிழ்மரபுப்படி சுதந்திரதினமாக கொண்டாட முடியுமா?). இத்தகைய இழிநிலையில் வாழும் தமிழினம் தனது மொழியை மேன்மைப்படுத்திய பாரதியை நிலைநிறுத்தாமல் போனது என்பது வரலாறு நெடுக நாம் காணும் உண்மை, தனிப்பட்டமுறையில் தேசிய கவி என்ற புகழுக்கு பாரதி தகுதியானவர், பாரதியே தகுதியானவர்.

தமிழர்களுக்கு எதிர்நிலையில் வங்காளிகளோ தாகூரைத் தலையில் வைத்துக் கொண்டாடுகிறவர்களாக உள்ளனர். உதாரணமாக இந்திய தேசிய கீதத்தில் உள்ள 'ஜன கன மண' பாடலில் காணப்படும் 'அதிநாயக' என்ற சொல் ஆங்கிலப் பேரரசரான ஐந்தாம் ஜார்ஜ் மன்னரைப் புகழ்வது என்பதனால் அதனை மாற்றிவிட்டு 'மங்கள' என்ற சொல்லை சேர்த்துவிடலாம் என்று ஒரு பரிந்துரை 1911ஆம் ஆண்டில் எழுந்தது. வங்காளிகளின் எதிர்ப்பினால் அந்தத் திருத்தம் மேற்கொள்ளப்படவில்லை. இதே கோரிக்கை கடந்த 2015ஆம் ஆண்டிலும் முன்வைக்கப்பட்டது. அப்போதும் நீதித்துறையும் அரசும் தாகூரின் வரிகளில் கைவைக்கத் துணியவில்லை.

கடந்த 2012ஆம் ஆண்டில் 'இந்திய தேசிய கீதத்தில் 'பஞ்சாப சிந்து' என்று வருகின்றது. இது ஒருங்கிணைந்த இந்தியாவில் பாடப்பட்டபோது சரி. இப்போது பாகிஸ்தான்

பிரிந்த பிறகு, சிந்து நதி பாகிஸ்தானுக்குக் கொடுக்கப்பட்ட பின்னர் இந்திய தேசிய கீதத்தில் சிந்து என்ற சொல் இருப்பது சரியா? அதை இப்போது இந்தியாவில் உள்ள ஏதாவது ஒரு நதியின் பெயராக மாற்றி விடலாமே?' - என்று உச்ச நீதிமன்றத்தில் வழக்கிடப்பட்டது. தாகூரின் வரிகளில் ஒரு எழுத்தை மாற்றக் கூட அப்போதும் நீதிமன்றம் சம்மதிக்கவில்லை.

ஆனால் தமிழகத்தில் பாரதியின் பாடல்கள் எவ்வித அரசு அங்கீகாரமும் இல்லாமல் இருக்கின்றன. இந்தியா சுதந்திரம் அடைவதற்கு முன்பாகவே

'ஆடுவோமே பள்ளு பாடுவோமே
ஆனந்த சுதந்திரம் அடைந்து விட்டோமென்று'

- என்று சுதந்திரம் போற்றிய பாரதியை நாம் கைவிட்டுவிட்டோம். உண்மையான தேசிய கவியை நாம் புறக்கணித்து விட்டோம். தேசத்தை அறிந்தவர், தேசத்திற்காகப் பாடியவர் தேசிய கவியாக இல்லை என்றால், தேசம் தேசமாக இல்லை என்றே நாம் புரிந்துகொள்ள முடிகின்றது.

பாரதிக்கு யார் யார் எல்லாம் கடமைப்பட்டவர்களோ அவர்கள் பாரதியை அறியாதவர்களாக இருக்கிறார்கள். ஒரு உதாரணத்திற்கு பாரதியாரின் 'விடுதலை.... விடுதலை' எனத் துவங்கும் பாடலை எடுத்துக் கொள்ளுங்கள். அதில்,

பறையருக்கு மிங்கு தீயர்
புலைய ருக்கும் விடுதலை

- என்ற வரிகள் வரும். இதில் உள்ள சாதிய ஒடுக்குமுறையால் பாதிக்கப்பட்ட தமிழக மக்களான பறையருக்கு விடுதலை தேவை, புலையருக்கும் விடுதலை தேவை. தீயருக்கு? இங்கு தீயர் என்று பாரதியார் யாரைக் குறிப்பிடுகின்றார்? தமிழில் தீயர் என்றால் தீயவர்கள் என்று பொருள். தீயவர்களுக்கு யாரிடம் இருந்து விடுதலை தேவை, நல்லவர்களிடம் இருந்தா?

குழப்பம் வேண்டாம், நமது அண்டை மாநிலமான கேரளாவில் இருக்கும், ஒடுக்கப்பட்ட பழங்குடியின மக்களுக்கு 'தீயோஸ்' என்று பெயர், அவர்களது விடுதலையைத்தான்

மாநிலம் கடந்த நேயமுடைய பாரதி தீயோர் விடுதலை என்கிறார்.

மாநிலம், தேசியம் கடந்த உலகப் பார்வையும் பாரதிக்கு இருந்தது! பிரெஞ்சு தேசிய கீதத்தை தமிழிலே மொழி பெயர்த்து, அறத்தினால் வீழ்ந்த பெல்ஜியத்திற்கு வாழ்த்துப்பாடி, ஜாரின் வீழ்ச்சியிலே எழுந்து நின்ற புதிய ரஷ்யாவுக்கு பாராட்டு தெரிவித்தார் பாரதியார். இந்த நாடுகளுக்கு அவரது கால்கள் சொல்லவில்லை என்றாலும் மனது சென்றது. இவரை தேசிய கவி என்று ஏற்று, இந்தியாதான் உண்மையில் பெருமை கொள்ள வேண்டும்.

பாரதியின் பெருமையை ஒரு பக்கம் நம்நாடு உணராமல் போக, தாகூரோ தன் அந்திமக் காலத்தில் தன் சிறுமையைத்தானே உணர்ந்தவரானார். நிலவுடமைச் சமூகத்தில் தோன்றி, அவர்களுக்கு ஆதரவாகவே தனது வாழ்வும் எழுத்தும் ஆனதற்காக அவர் வருத்தப்படவும் செய்தார்.

தனது கவிதை மக்களுக்கான கவிதை இல்லை, தனது வாழ்க்கை முறையும் வசதிகளும் தன்னை உழைக்கும் மக்களை உணரும்படி செய்யவில்லை என்பதை தாகூர் தனது கடைசிக் காலத்தில் கண்டார். அவரது கவிதை ஒன்று இப்படிச் செல்கிறது,

"என் கவிதை எங்கெங்கே குறைபட்டு உள்ளது, நான் அதில் எங்கெங்கே தவறியுள்ளேன் என்பதை நான் அறிகிறேன்.

எத்தனை எத்தனை திசைகள் வழியே அவை திரிந்திருந்தாலும், அவை எல்லா மக்களையும் சென்று சேரத் தவறிவிட்டன என்பதையே நான் காண்கிறேன்.

எனவே நான் இங்கே பூமியின் புழுதியில் இருந்து தோன்றும் கவிஞனின் செய்தியை எதிர்நோக்கிக் காத்திருக்கிறேன். விவசாயிகளின் கவிஞனை, அவர்களின் தோழனை, உண்மையான ஒருமைப்பாட்டை உருவாக்கும் சொல்லும் செயலும் கொண்ட கவிஞனை, எதிர்நோக்கி நிற்கிறேன்.

அவனது வாசகங்கள் மானுட உறவை வெளிப்படுத்தட்டும்! அவனது கவிதை கண்களை மட்டுமே மயக்குவதாக இல்லாமல் இருக்கட்டும்.

என்னிடம் இல்லாத திறமையை அவன் வழங்கட்டும்!

அவன் பாசாங்கிலிருந்தும், பசப்பிலிருந்தும், ஆடம்பரங்களிலிருந்தும் தன்னைத்தானே காப்பாற்றிக் கொள்ளட்டும்! அவன் உழைக்கும் மக்களுக்கு தன் நெஞ்சின் இரக்கத்தை அளிக்கட்டும்.

எண்ணற்ற மக்களின் கவியான அந்தப் புதுமைக் கவியே.... நீ வருக!

உன் வரவு நல்வரவாகுக!

நீ அடையாளமற்ற சாமானியனின் பாடல்களைப் பாடு! அவனது பேச்சிழந்த, வாய் திறவாத இதயத்தில் ஒளி

பாய்ச்சு!..''

இப்படியாகத் தாகூரே தனக்கு ஒரு மெய்யான மாற்றை விரும்பியிருக்கிறார். அந்த மாற்றை, நமது பாரதியை நாம் மக்களுக்கு இனியாவது அறிமுகப்படுத்துவோம்.

வங்காள மக்களின் உணர்வும் எழுச்சியுமே தாகூரை உயர்த்துகின்றது, தமிழர்களின் ஒற்றுமையின்மையும் அலட்சியமுமே பாரதியின் புகழைப் படுகுழியில் தள்ளிவிட்டது. இப்போது சொல்லுங்கள் நண்பர்களே இந்தியாவின் தேசியகவி தாகூரா? பாரதியா?

# குறிப்புதவி நூல்கள்


1. சமஸ்கிருதத்தின் தாய் மொழி தமிழே!, இரா.வீரமணி
2. புத்தாண்டுகள் பலவிதம், ச.கார்த்திகைச் செல்வன்
3. குமரிக் கண்டமா? சுமேரியமா?, தமிழர்களின் தோற்றமும் பரவலும், பி.பிரபாகரன்
4. உலக வரலாற்றில் பெண்கள், ரோசலிண்ட் மைல்ஸ்
5. பெண்ணின் மறுபக்கம், டாக்டர் ஷாலினி
6. தமிழர் ஆடைகள், முனைவர் கு.பகவதி
7. அக்னிச் சிறகுகள், அப்துல் கலாம்
8. பகவத் கீதை, உரை: பாரதியார்
9. பாரதியார் கவிதைகள், பாரதியார்
10. பாரதிதாசன் கவிதைகள், பாரதிதாசன்
11 பகவத் கீதை ஓர் ஆய்வு, ஜோசப் இடமருகு
12. குற்றப் பரம்பரை, வேல.ராமமூர்த்தி
13. நெருப்பு மலர்கள், ஞாநி
14. தெய்வத்தின் குரல், காஞ்சி மகா பெரியவர்
15. மனுதர்ம சாஸ்திரம், மனு
16. அர்த்த சாஸ்திரம், சாணக்கியர்
17. புதிய ஏற்பாடு, தொகுப்பு
18. இந்து மதம் எங்கே போகிறது?, அக்னிஹோத்ரம் ராமானுஜ தாத்தாச்சாரியார்
19. பெண் ஏன் அடிமையானாள்?, பெரியார் ஈ.வே.ராமசாமி
20. சங்க இலக்கியங்கள், தொகுப்பு
21. இந்தியத் தாய்வழிச் சமுதாயம், தேவிபிரசாத் சட்டோபாத்யாய
22. தொல்காப்பியம், தொல்காப்பியர்
23. சிலப்பதிகாரம், இளங்கோவடிகள்
24. கம்பராமாயணம், கம்பர்

25. தேவாரம், சமயக் குரவர் மூவர்
26. தமிழ் இலக்கிய வரலாறு, மு.வரதராசனார்
27. மொழி வரலாறு, மு.வரதராசனார்
28. சங்ககாலம், முனைவர். ப.சரவணன்
29. இலெமூரியா அல்லது குமரிக்கண்டம், கா.அப்பாதுரை
30. கி.மு. கி.பி., மதன்
31. வாவ் 2000, வேல்ஸ்
32. தமிழக அரசின் பாடநூல்கள்
33. The Alchemy of Air, Thomas hager
34. Thug: the true story of india's murderous cult, Mike dash
35. Traffic, Parama roy
36. Harry potter, J.K.Rowling
37. Ancient Society, Lewis H.Morgan
38. Antony and Cleopatra, William Shakespeare


## பிற மூலங்கள்


1. அரபு எண்கள் குறித்து தினமணியில் உதயை.மு.வீரையன் எழுதிய கட்டுரைகள்
2. கற்பு குறித்து திராவிடர் கழகத் தலைவர் கி.வீரமணி எழுதிய கட்டுரைகள்
3. கற்பு குறித்து வி.சபேசன் எழுதிய கட்டுரை
4. ரேடியோ கண்டுபிடிப்பு குறித்து விக்ரம் வைத்யா தனது சங்கதி வலைப்பூவில் எழுதிய கட்டுரை
5. குற்றப்பரம்பரை குறித்த 'ரேகை' ஆவணப்படம்.
6. கஜினி முகமது குறித்த அரவிந்தன் நீலகண்டனின் ஒப்பீட்டுக் கட்டுரை.
7. விதவைகளின் பிரச்னைகள் குறித்த விடுதலை இராசேந்திரனின் கட்டுரை.
8. சிகப்பழகு குறித்து முன்னர் விகடனில் நான் எழுதிய கட்டுரை.